Ký Sự

HỒ SƠ DỜI MỘ & AN TÁNG CỐ TT NGÔ ĐÌNH DIỆM và THÂN QUYẾN NĂM 1983 (Quý Hợi)

NGÔ ĐÌNH DIỆM
(03.01.1901 – 02.11.1963)
Thủ Tướng Quốc Gia Việt Nam 1954-1955
Tổng Thống Việt Nam Cộng Hoà 1955-1963
★★★★★★★★★★★★★★★★

TRẦN ĐÌNH SƠN

*KÝ SỰ VIẾT XONG NĂM 2019 TẠI
LONDON – Vương Quốc Anh*

MỤC LỤC

	Số Trang
Lời tựa	4
Phần I	7
BỐI CẢNH XÃ HỘI VIỆT NAM 1975-1983	
Phần II	17
BỐI CẢNH VIỆC DỜI MỘ TT NGÔ ĐÌNH DIỆM VÀO NGÀY 28 THÁNG 7 NĂM 1983	
Phần III	44
THỰC HIỆN VIỆC DỜI MỘ CỐ TT NGÔ ĐÌNH DIỆM, BÀO ĐỆ NGÔ ĐÌNH NHU VÀ AN TÁNG BÀ CỤ CỐ LUXIA PHẠM THỊ THÂN VÀO NGÀY 28 -07-1983	

Phần IV — 176

BỐI CẢNH VÀ VIỆC THỰC HIỆN VIỆC DỜI MỘ BÀO ĐỆ NGÔ ĐÌNH CẨN CỦA TT TỪ NGHĨA TRANG BẮC VIỆT TƯƠNG TẾ -CHÙA PHỔ QUANG (HỘI BẮC VIỆT TƯƠNG TẾ) VỀ AN TÁNG TẠI NGHĨA TRANG LÁI THIÊU – BÌNH DƯƠNG VÀO NGÀY 30 -11-1983

Phần V — 283

MẠO NHẬN và LỪA ĐẢO

Phần VI — 336

ĐOẠN KẾT

LỜI TỰA

"Water under the bridge"

Năm 1983 (Quý Hợi), Việt Nam vẫn đắm chìm trong thời kỳ "bao cấp" rất tàn bạo, nghẹt thở và đi lại khó khăn do chính sách ngăn sông cấm chợ. Do đó, sự việc thân nhân đứng ra di dời các ngôi mộ của cố Tổng Thống NGÔ ĐÌNH DIỆM và bào đệ NGÔ ĐÌNH NHU ra khỏi nghĩa trang Mạc Đỉnh Chi – Sài Gòn, gặp rất nhiều khó khăn do yếu tố tâm lý xã hội và yếu tố vật liệu khan hiếm trong thời buổi gạo châu củi quế 1983 đó. Nhưng không thể không thực hiện theo lịnh của nhà cầm quyền CSVN vì họ quyết tâm dẹp bỏ nghĩa trang Mạc Đỉnh Chi, nơi mà dân Sài Gòn thường gọi nôm na là "đất thánh Tây". Việc dời mộ không chỉ lo cho 2 ngôi mộ nói trên mà còn phải lo an táng quang tài cụ bà thân mẫu cố TT Ngô Đình Diệm là cụ bà Luxia Phạm Thị Thân đang quàng tại một ngăn tủ bằng gạch trên mặt đất bên trong nghĩa trang Mạc Đỉnh Chi từ năm 1964. Hơn nữa, gia đình còn một ngôi mộ của bào đệ Tổng Thống là ông Ngô Đình Cẩn chôn tại nghĩa trang Bắc Việt Tương Tế bên trong khu vườn chùa Phổ Quang thuộc khu quân sự phi trường Tân Sơn Nhất – Sài Gòn.

Mọi công việc thực hiện từ đầu đều được ghi chép để giữ lại dấu tích trong họ hàng và gia đình suốt hơn 36 năm qua. Nhiều năm qua đã xuất hiện đó đây một số thông tin không đúng sự thật cũng như thông tin "mạo nhận & lừa đảo" dư luận quần chúng của một nhóm người bất lương có ý đồ xuyên tạc thân nhân và gia đình giòng họ cố Tổng Thống Ngô Đình Diệm. Do đó, những sự kiện riêng tư nầy cần phải được công bố để sự thật được sáng tỏ trước đồng bào quốc nội và hải ngoại. Hơn nữa, sau 56 năm ròng rả ngày nay mọi sự thật lịch sử về công nghiệp của cố TT Ngô và các vị bào đệ đã được sáng tỏ trong thời đại Internet. Các tài liệu giải mật trong vòng 10 năm qua cũng đã đóng góp phần lớn vào sự thật lịch sử của Đệ Nhất Cộng Hoà mà người khai sáng là vị **hào kiệt NGÔ ĐÌNH DIỆM**.

PHẦN I

BỐI CẢNH XÃ HỘI VIỆT NAM 1975-1983

TT Ngô Đình Diệm
(1901-1963)

Sau tháng Tư 1975, miền Nam VN bị Cộng Sản nhận chìm trong một hoàn cãnh vô cùng khó khăn và nghiệt ngã về đời sống tinh thần cũng như vật chất chưa từng thấy. Khắp nơi người dân cũng như những cựu nhân viên & cựu quân nhân Việt nam Cộng Hoà (VNCH) đều thường xuyên bị triệu tập đi hội họp vào ban đêm, để học tập tại nơi cư trú do cán bộ nhà cầm quyền Cộng Sản Việt Nam (CSVN) mới từ miền Bắc vào hướng dẫn. Những ai còn được lưu dụng trong bộ máy công nhân viên chức cũng phải thường xuyên hội họp nghe cán bộ CSVN giãng dạy trong các buổi học tập tại nơi làm việc. Trong các cuộc hội họp như vậy, cán bộ của nhà cầm quyền CSVN thường dùng những lời nói rất khiếm nhã để công kích, chửi rủa chế độ Đệ Nhất Cộng Hòa của miền Nam VN. Đặc biệt họ dành phần lớn thì giờ miệt thị cố **Tổng Thống Ngô Đình**

Diệm (NĐD) bằng nhiều từ ngữ rất hạ cấp như: *"Thằng Ngô Đình Diệm lê máy chém đi khắp miền Nam Việt Nam để giết nhân dân ta"*, *"Thằng Diệm là tay sai, là đầy tớ của đế quốc Mỹ"* và *"Đế quốc Mỹ thay ngựa giữa giòng bằng cách hạ bệ thằng Diệm vào năm 1963"*, v.v … và v.v… Lạ một điều là cán bộ của nhà cầm quyền CSVN từ trên chí dưới đều luôn luôn công kích và miệt thị nền Đệ I Cộng Hoà nhiều hơn là đệ II Cộng Hoà của miền nam VN, mặc dù cuộc chiến tranh Nam Bắc ác liệt nhất vào thời đệ II Cộng Hoà. Bởi vậy mọi người đều biết là nhà quyền CSVN căm thù cố TT Ngô Đình Diệm và nền Đệ I Cộng Hòa hơn cả căm thù Mỹ và Đệ II Cộng Hoà.

"Tôi không phải là thần thánh, tôi chỉ là một người bình thường, tôi chỉ biết thức khuya, dậy sớm làm việc, một lòng hiến dâng đời tôi cho đất nước và dân tộc." (TT Ngô Đình Diệm)

Hình ảnh ngay bên trên là Lễ bàn giao từ Thủ Tướng Bửu Lộc sang Thủ Tướng Ngô Đình Diệm ngày 07/07/1954 (ông Ngô Đình Diệm từ Pháp về Sài Gòn ngày 25/06/2019 để nhận bàn giao chính phủ, trước đó ông đã hội kiến với Quốc Trưởng Bảo Đại ngày 16/06/1954 để nhận Sắc Lệnh bổ nhiệm ông làm Thủ Tướng Quốc Gia Việt Nam với trách nhiệm toàn quyền chính trị và quân sự).

(On 16 June 1954, Diệm met with Bảo Đại in France and agreed to be the Prime Minister if Bảo Đại would give him military and civilian control. On 25 June 1954, Diệm returned from exile, arriving at Tân Sơn Nhứt airport in Saigon. On 7 July 1954, Diệm established his new government with a cabinet of 18 people).

Trong không khí khủng bố nghiệt ngã & khủng khiếp do việc tập trung cải tạo (re-education) hơn một triệu sĩ quan, viên chức, nhà văn, nhà báo, văn nghệ sĩ, viên chức các chính đảng và không khí đấu tố TT Ngô Đình Diệm, lùng bắt các cựu viên chức trung ương của Đệ Nhất Cộng Hòa tại miền Nam VN, thì những ai có dính dáng đến gia đình cố TT Ngô Đình Diệm hoặc chế độ Đệ I Cộng Hòa đều lo sợ phập phồng, không biết số phận mình sẽ ra sao *(chẳng hạn như ông Võ Văn Hải – chánh văn phòng cố TT Ngô, và nhiều viên chức khác đều lần lượt chết trong trại tù lao động khổ sai của CSVN, dù họ là những viên chức hưu trí từ hơn 10 năm trước 1975)*. Các trại tập trung cải tạo trong khắp nước thật ra là những nhà tù lao động khổ sai để trả thù các quân nhân & viên chức VNCH, mà trả thù nặng hơn hết là các viên chức từ xã ấp lên tới trung ương của thời đệ I Cộng Hòa tại miền Nam VN. *Thật ra thì vào Tháng 4 & 5 năm 1975, nhiều viên chức cán bộ xã ấp thôn quê tại miền Nam VN đã bị du kích CSVN bắt giữ và giết chết vào ban đêm, ngay khi CSVN chiếm từng tỉnh một từ vĩ tuyến 17 vào tới mũi Cà Mau – nhưng không có cơ quan* truyền thông nào của Tây Phương biết đến điều nầy! hoặc biết nhưng im lặng đồng lõa!

Tóm lại là **"Đoạn trường ai có qua cầu mới hay",** bởi vì người Việt nào đã di tản ra ngoại quốc trước ngày 30 tháng Tư năm 1975 thì không thể nào cảm nhận được không khí sợ hãi khủng khiếp & đầy tính chất khủng bố tại miền Nam VN suốt từ Tháng 5 năm 1975 cho đến 1985. Đặc biệt là những ai dính dáng đến đến cố TT Ngô Đình Diệm hoặc chế độ Đệ I Cộng Hòa thì nỗi lo sợ càng lớn hơn. *Sau năm 1986, CSVN đổi chính sách từ "**Hà Chính**"- mà họ gọi là thời kỳ "**bao cấp**" - sang "**Đổi Mới**"(Renovation) nên người dân mới bớt sợ chế độ, rồi mãi đến ngày hôm nay thì người dân thường cũng không còn sợ CSVN nữa.*

Năm 1963, khi TT Ngô Đình Diệm tuẫn quốc thì tôi chỉ mới là một học sinh 16 tuổi, đang học lớp Đệ Tam (lớp 10) tại quê nhà nơi một thị xã xa tít ngoài miền Trung, và chỉ nghe biết loáng thoáng là cố Tổng Thống Ngô Đình Diệm bị phe quân nhân đảo chính giết hại rồi đem chôn đâu đó trong Sài Gòn. Trong Bối Cảnh lao đao đổi đời 1975 nói trên, tôi cũng chỉ là một công dân bình thường như đại đa số thứ dân của miền Nam VN, sống từ khi sinh ra cho đến cuối năm 1984 trong một quốc gia bình thường, nhưng bị cai trị bởi một nhà cầm quyền **"không bình thường"**. Nhà cầm quyền **"không bình thường"** đó chính là là nhà cầm quyền Cộng Sản Việt Nam (CSVN) cai trị toàn cõi VN suốt từ 1975 đến nay theo một chế độ mà xưa nay thường gọi là *"hà chính"* (chính trị hà khắc). Như mọi người Việt Nam khác, tôi đi học lúc còn niên thiếu trong hai nền Đệ

I và Đệ II Cộng Hoà của miền Nam VN, khi lớn lên đi dạy học và hành nghề chuyên môn, rồi lâm cảnh **"mất dạy – bất lương"** như vô số thầy giáo khác ở miền Nam VN sau năm 1975 vì lý do rất mơ hồ là thân mang **"lý lịch xấu"** (những chữ in đậm trong ngoặc kép chỉ là những "***Đoạn trường ai có qua cầu mới hay***" – mà những ai di tản ra ngoại quốc trước Tháng Tư 1975 không thể hiểu được ý nghĩa của nó vì nó diễn tả nỗi đắng cay hơn cả việc **"nhà giáo bị mất chỗ dạy và không còn được lãnh lương"**).

Lời của TT Ngô Đình Diệm

Diễn văn buổi khánh thành đập Đồng Cam - Tuy Hòa 17-9-1955:

"Nếu bọn Việt Cộng thắng, thì quốc-gia Việt-Nam cũng sẽ bị tiêu-diệt và sẽ biến thành một tỉnh nhỏ của Trung-hoa Cộng-sản. Hơn nữa toàn-dân sẽ phải sống mãi mãi dưới ách độc tài của một bọn vong bản vô gia đình, vô tổ quốc, vô tôn giáo."

PHẦN II

BỐI CẢNH VIỆC DỜI MỘ CỐ TT NGÔ ĐÌNH DIỆM VÀO NGÀY 28 THÁNG 7 NĂM 1983

Ông Ngô Đình Nhu và **Lyndon B. Johnson** - dinh Gia Long, ngày 12/5/61.

Ngày nay tấm bia tưởng niệm giờ phút cuối cùng khi cố TT Ngô Đình Diệm và bào đệ Ngô Đình Nhu cầu nguyện tại nhà thờ CHA TAM – Chợ Lớn, vào lúc bình minh ngày 02 Tháng 11 năm 1963 vẫn còn như sau:

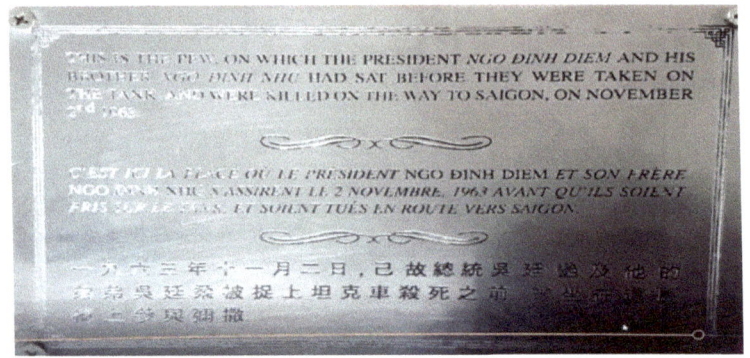

Bia tưởng niệm cố TT Ngô Đình Diệm và bào đệ Ngô Dình Nhu bằng tiếng Anh, Pháp & tiếng Hoa gắn tại nhà thờ Cha Tam ở Chợ Lớn.

Nhà thờ Cha Tam còn có tên gọi chính thức là nhà thờ Thánh Phanxicô Savier dành cho người công giáo Việt gốc Hoa tại Chợ Lớn (Video để xem tấm bia tưởng niệm nói trên có ở đây:

https://www.youtube.com/watch?v=Z0NSLlnVMZQ).

Sau tết Quý Hợi 1983, tôi vào Sài Gòn tạm trú tại nhà nhạc phụ & nhạc mẫu tôi là cụ Nguyễn Văn Thận (cháu cụ Thượng thư Nguyễn Hữu Bài) & cụ bà Nguyễn Thị

Ngân (cháu gọi cụ bà Ngô Đình Khả bằng dì ruột), tại Cư xá Bắc Hãi, Quận 10 - Sài Gòn. Một hôm nhạc phụ tôi rủ tôi đi thăm Cha Dụ là đại diện của Tòa Tổng Giám Mục Huế tại giáo phận Sài Gòn đang cư ngụ tại đường Nguyễn Tri Phương thuộc Quận 10, vì nhạc phụ tôi và Cha Dụ quen thân nhau từ lâu. Trong câu chuyện thăm hỏi nhau cha Dụ có nói là Ngài nghe tin đồn rằng bà Ngô Đình Nhu đã được Liên Hiệp Quốc can thiệp với nhà cầm quyền CSVN để được phép về Sài Gòn dời các ngôi mộ của cố TT Ngô Đình Diệm, và bào đệ là ông Cố vấn Ngô Đình Nhu về an táng tại nghĩa trang của gia đình họ Ngô ở Phủ Cam - Huế. Trên đường chở nhau bằng xe đạp về nhà, nhạc phụ tôi nói với tôi là như vậy rất tốt vì các Cậu ấy sẽ được yên mồ yên mả, thay vì nằm dưới hai tấm đan xi măng không tên tuổi tại Nghĩa trang Mạc Đình Chi, đường Mạc Đỉnh Chi,

Quận 1 – Sài Gòn, suốt từ năm 1964 tới nay (1983). Tôi cảm thấy hơi thắc mắc là tại sao nhạc phụ tôi lại quan tâm đến việc nầy và gọi TT và ông Nhu là Cậu, nên khi về nhà tôi thuật lại câu chuyện nêu trên cho nhạc mẫu tôi nghe thì lần đầu tiên mới được biết rằng nhạc mẫu tôi là vai chị của cố TT Ngô theo vai vế "chị em bạn dì ruột" cùng chung một ông bà Ngoại mà từ ngày thành hôn với nhà tôi, tôi chưa bao giờ nghe nói đến.

Rồi câu chuyện cũng yên lặng luôn trong vài tháng sau đó và không ai nhắt đến nữa. Nhưng vào đầu tháng 5 – 1983 thì gia đình nhạc phụ tôi hay tin chính quyền Sài Gòn đã thông báo rộng rãi trong dân chúng yêu cầu ai có các ngôi mộ thân nhân trong Nghĩa trang Mạc Đỉnh Chi phải dời ra khỏi Sài Gòn trong vòng 3 tháng (sau nầy có gia hạn thêm đến khoảng cuối năm

1983), để lấy đất làm công trình công cộng. Cả thành phố Sài Gòn xôn xao vì tin nầy, nhất là những gia đình có thân nhân mồ yên mã đẹp tại nghĩa trang nầy. Nhưng gia đình cố TT Ngô Đình Diệm thì chỉ có 2 ngôi mộ không bia đá, không tên tuổi, nằm dưới 2 tấm đan xi-măng ngang mặt đất, bên tay mặt cạnh lề đường chính bên trong nghĩa trang và 1 linh cửu đặt trong hộc nhà quàng gần sát bờ tường bên trong nghĩa trang từ năm 1964 đến nay (tới 1983 là *đúng 20 năm tròn*).

Sau khi ám sát TT NĐD và ông Cố vấn Ngô Đình Nhu (NĐN) vào ngày 02/11/1963 thì nhóm Tướng đảo chính cho đem thi hài hai vị vào Bộ Tổng Tham Mưu Quân Lực VNCH, đến 17:30 chiều lại đem vào bệnh viện Saint Paul – Sài Gòn, gọi thân nhân và nhà đòn Tobia đến nhận xác và lo việc tẩn liệm trong đêm tối ngày 02/11/1963. Ông bà Trần Trung Dung (bà Dung là cháu ngoại gọi TT bằng cậu ruột, con gái bà Ngô Đình Thị Hoàng là chị ruột TT NĐD), anh Nguyễn Văn Thành (cháu gọi TT bằng cậu lại và cũng là anh ruột nhà tôi) và ông bà Brian Donald Smith – Nguyễn Thị Niềm đến nhà thương Saint Paul nhận xác, chứng kiến và sắp xếp việc tẩn liệm cố TT NĐD vả ông cố vấn NĐN. Ông Bà Brian Smith – Nguyễn Thị Niềm là con rể & con gái cụ Nguyễn Văn Ấm và bà Ngô Đình Thị Hiệp (em ruột TT NĐD). Trong 5 người nầy thì ông Brian Donald Smith là đương kim tham vụ ngoại giao của Đại Sứ Quán Vương Quốc Anh tại Sài Gòn (vừa mới từ trần vào tháng 12 – 2013 tại Hoa Kỳ), anh Nguyễn Văn Thành đã định cư tại Virgina – Hoa Kỳ từ 30/04/1975 và đang còn khỏe mạnh trong tuổi hưu trí; riêng ông bà Trần Trần Dung và bà Nguyễn Thị Niềm đều đã khuất núi trước đây. Sau khi ông Brian Donald Smith mãn nhiệm kỳ ngoại giao tại VN thì hai vợ chồng về Anh Quốc định cư tại thành phố Kent và sau năm 1984 tôi có gặp hai vị nầy tại London và tại Kent để nghe họ lược thuật về vụ tẩn liệm nầy (*ông Smith có nói với tôi là lúc vào nhà thương Saint Paul ông có chụp hình di hài chưa tẩn liệm của TT và đang cất giữ làm tài liệu, nhưng hình rất mờ, vì bóng đèn điện trong khu nhà xác chỉ độ 40W*). Hôm đó nhà đòn Tobia chỉ còn có một quan tài gỗ tốt kiểu VN để tẩn liệm ông cố vấn Ngô Đình Nhu, nên phải chọn một quang tài kiểu Mỹ để tẩn liệm ông NĐD - **Về cổ quang tài Mỹ nầy, anh Nguyễn Văn Thành đã kể lại cho tôi nghe và xác nhận là "<u>di hài cậu NĐD được tẩn liệm trong cổ quang tài tốt nhất của công ty mai táng Tobia</u>"**, vì anh có mặt và chứng kiến giờ phút nhập quang TT

NĐD và ông Cố Vấn Ngô Đình Nhu do nhà đòn Tobia thực hiện tại nhà xác của bệnh viện Saint Paul – Sài Gòn đêm 02/11/1963. Việc xác nhận nầy rất quan trọng sau nầy và sẽ được nói đến ở **Phần II kế tiếp**. Sau đó quân đội lại bí mật đem hai quang tài vào giữ trong khuôn viên Bộ Tổng Tham Mưu Quân Lực VNCH ngay trong đêm tối 03/11/1963. Đến 20 giờ tối ngày 08/11/1963 mới đem chôn gần lăng mộ Võ Tánh phía sau chùa Hưng Quốc Tự nằm bên trong khuôn viên Bộ Tổng Tham Mưu Quân Lực VNCH về phía Đông Bắc. Lúc chôn cất, chỉ có ông bà Trần Trung Dung và Linh mục Claude Larre (*thuộc phái bộ ngoại giao tòa Khâm Sứ Vatican tại Sài Gòn*) chứng kiến và làm nghi lễ Công Giáo.

Anh Nguyễn Văn Thành, cháu gọi cố TT Ngô bằng cậu.

Quân đội cũng có chụp hình lưu lại hồ sơ trong Bộ Tổng Tham Mưu Quân Lực VNCH. Sau khi an táng quân đội cho canh gác 2 ngôi mộ nầy rất nghiêm mật cho tới năm 1964. Báo chí thời đó - dựa theo lời kể của những quân nhân làm việc bên trong bộ TTM - có nêu lên sự kiện là 2 ngôi mộ nầy không có bia ghi tên nên không ai biết mộ nào chôn TT NĐD. Sự kiện thiếu sót nầy gây ngộ nhận suốt vài mươi năm sau đó. Mãi đến khi an táng tại nghĩa trang Lái Thiêu – Bình Dương (tên cũ trước 1975 là nghĩa trang QUẢNG ĐÔNG) vào ngày 28/07/1983 thì sự kiện thiếu sót nói trên mới được làm sáng tỏ.

Chú thích: *Người trong hình đứng hai bên LM Claude Larre (mặc áo dòng) là ông bà Trần Trung Dung. Hàng quân nhân đứng phía sau*

bên trái là ban kiểm soát của Bộ TTM Quân Lực VNCH vào đêm tối ngày 08/11/1963. Hai quang tài đặt cạnh 2 kim tĩnh thì quang tài kiểu Mỹ của hãng Tobia bên tay trái là quan tài cố Tổng Thống Ngô Đình Diệm (hình tháp) và quang tài bên tay phải (hình hộp) là quang tài ông Ngô Đình Nhu. ***Theo lời xác nhận của nhân chứng là anh Nguyễn văn Thành hiện đang định cư tại Virginia – Hoa Kỳ thì quang tài hình hộp kiểu Mỹ bên <u>tay phải</u> trong hình nầy là quang tài liệm xác cậu Ngô Đính Nhu, vì chính anh cùng 4 thân nhân cố TT Ngô đã đến nhận 2 di hài và coi sóc việc tẩn liệm tại nhà thương Saint Paul vào đêm 02/11/1963 với tư cách là cháu của TT.*** (Hình chụp vào tối ngày 03/11/1963 tại nơi chôn cất trong Bộ Tổng Tham Mưu Quân Lực VNCH).

Nhưng vào một đêm tối trời sau tháng Giêng 1964, Tướng Nguyễn Khánh sau khi nắm quyền sợ bóng sợ gió sao đó nên đã sai lính đào lên đem hai quang tài của Tổng Thống Ngô và ông Ngô Đình Nhu ra chôn tại Nghĩa Trang Mạc Đĩnh Chi. Hai quang tài được chôn vào 2 kim tĩnh trống cạnh nhau đối diện (hơi xế về bên tay phải) ngôi mộ đá cẩm thạch đồ sộ và cao lớn của cố đại tướng Lê Văn Tỵ bên kia con đường chính bên trong nghĩa trang Mạc Đĩnh Chi – SG. Chôn xong họ cho lính đúc 2 tấm đan xi-măng chữ nhật nằm ngang mặt đất đậy nắp 2 kim tĩnh chứ không đắp mộ và cũng không cho dựng bia mộ. **Như vậy làm sao biết ngôi mộ nào của cố TT NĐD ??? Sự việc quân đội lén lút đem 2 quang tài TT NĐD và ông cố vấn Ngô Đình Nhu ra nghĩa trang Mạc Đình Chi chôn cất âm thầm trong đêm nầy do chính Cha Gioan Baotixita Lê Văn Thí – dòng Chúa Cứu Thế Sài Gòn - kể lại chi tiết cho tôi nghe và quả quyết là Ngài biết rõ ngôi mộ nào là của TT NĐD, vì bà Trần Trung Dung đã nói cho Ngài biết từ năm 1964. Vào cuối năm 1964 đó Ngài cũng đã đem 2 cây bông sứ trắng trồng cạnh 2** ngôi mộ và đem 1 lư hương bằng xi măng đặt giữa hai ngôi mộ. Hai cây bông sứ và lư hương nầy vẫn còn tồn tại cho đến ngày 28/07/1983 là ngày dời mộ về nghĩa trang Lái Thiêu thuộc tỉnh Bình Dương.

Hình chụp hai ngôi mộ nằm dưới 2 tấm đan xi-măng vào năm 1983. Ở giữa là lư hương do Cha Thí đặt vào năm 1964.

Vì tin Nghĩa trang Mạc Đỉnh Chi sẽ bị dẹp bỏ nên vào một ngày đầu tháng 6/1983, Linh Mục Lê Văn Thí thuộc dòng Chúa Cứu Thế (DCCT) Sài Gòn đến thăm nhạc phụ & nhạc mẫu tôi và cho biết là Cha đã viết thư báo cho dì Bác (tức là cụ bà Ngô Đình Thị Hiệp, em gái của của TT NĐD mà thân nhân họ hàng thường gọi là "dì Bác" (vì người phối ngẫu là cụ ông Nguyễn Văn Ấm có hàm Bác Phẩm của triều đình Huế) đang định cư ở Úc Châu biết tin vào đầu tháng 5/1983. Rồi ngày hôm qua đây nhận được thư hồi âm của Dì Bác yêu cầu, nên Cha Thí tìm gặp bà con nội ngoại của gia đình họ Ngô (đang còn trong nước) để tìm một người đứng ra xin phép nhà cầm quyền lo việc di dời hai ngôi mộ của TT NĐD, ông cố vấn Nhu và an táng cho cụ bà thân mẫu của TT Ngô Đình Diệm là bà cụ cố Luxia Phạm Thị Thân mệnh chung ngày 02/01/1964, nhưng linh cửu vẫn còn quàng tại nhà quàng nghĩa trang Mạc Đỉnh Chi suốt 20 năm qua. Nhờ sự tình cờ có tính cách định mệnh là tôi có mặt trong cuộc thăm viếng nầy mà lần đầu tiên trong đời một thanh niên 36 tuổi như tôi lúc đó, mới biết được là trong nghĩa trang Mạc Đỉnh Chi có mộ phần của TT Ngô Đình Diệm và được nghe biết về mối liên hệ bà con chằng chịt trong gia đình nhạc phụ tôi. Sau khi nghe Cha Thí đọc thư dì Bác, nhạc phụ tôi nói cho Cha Thí biết hiện nay gia đình nào tại VN là bà con trực hệ (gần), bàng hệ (xa) với họ NGÔ. Trước nhất, là ông Ngô Đình Tri, cháu họ phía nội của TT Ngô hiện đang cư ngụ tại đường Trương Minh Giảng, Phú Nhuận, Sài Gòn và theo nhạc phụ tôi thì ông Tri là người cháu bên phía nội TT nếu đứng ra đảm nhận việc nầy thì danh chánh ngôn thuận hơn cả. Cha Thí rất vui và nghe theo nhận định nầy, nên Ngài vội từ giả chúng tôi nói là để chuẩn bị đi gặp ông Ngô Đình Tri nhằm uỷ thác công việc xin phép chính quyền và lo việc di dời hai ngôi mộ của TT Diệm, ông cố vấn Nhu và an táng cho bà cụ cố Luxia Phạm Thị Thân. Khi Cha Thí đi khỏi tôi mới thưa với thân phụ tôi là tại sao Ngài lại nhiệt tình lo lắng việc nầy, tại sao Ngài là linh mục lại gọi Ôn Mệ *(đây là cách mà anh chị em chúng tôi gọi nhạc phụ & nhạc mẫu chúng tôi theo kiểu Huế, vì hai vị đã trên 80 tuổi)* là dì dượng Thận và cũng gọi dì Bác (cụ bà Ngô Đình Thị Hiệp) như chúng ta vậy?. Nhạc phụ tôi mới cho tôi biết chuyện LM Lê Văn Thí là người Quảng Nam, từ bé là con nuôi cụ Thượng thư Ngô Đình Khôi từ ngày Cụ còn là Tổng Đốc hai tỉnh Quảng Nam & Quảng Ngãi, rồi sau mới đi tu dòng Chúa Cứu Thế (DCCT) trở thành **LM Gioan Baotixita Lê Văn Thí**, chính vì thế Ngài mới gọi Ôn Mệ và dì Bác bằng dì dượng và quan tâm lo lắng đặc biệt đến công việc nầy (*Cụ Thượng thư Ngô Đình Khôi là anh cả của TT NĐD và đã bị CSVN thủ tiêu cùng lúc với cụ Phạm Quỳnh ngay sau khi cướp chính quyền tại Huế vào tháng Tám năm 1945*). Nhưng vì Ngài đã gần 80 tuổi và lại là Linh Mục nên trong tình thế gay gắt hiện nay (1983) không thể nào và cũng không dám đứng ra xin phép chính quyền để lo việc di dời hai ngôi mộ của ***"các Cậu và an táng cho dì Khả"*** (nguyên văn chữ của nhạc phụ tôi dùng chỉ TT NĐD, ông cố vấn Nhu và bà cụ cố Luxia Phạm Thị Thân). Nhạc phụ tôi còn cho tôi biết là từ lâu Cha Thí đã biết nhạc phụ tôi rất am hiểu mối liên hệ gia đình nội ngoại của họ Ngô, nên bây giờ có việc quan trọng nầy thì Ngài tới lui thường xuyên để xin ý kiến. Chiều hôm sau, Cha Thí ghé lại nói với nhạc phụ tôi rằng cậu Tri không dám kham lãnh việc nầy và cậu ấy có nói nguyên văn với Cha Thí rằng: *"Cha cũng biết chứ, tên tôi là Ngô Đình Tri một cái tên lớn mà thiên hạ biết cả, nếu đứng ra lo việc nầy thì nguy hiểm cho tôi ngay"*. Nhạc phụ tôi đành thở dài và nói cho Cha Thí biết là dì Bác còn một người con trai là anh Nguyễn Văn Thanh đang sinh sống ở Sài Gòn nầy, là cháu ngoại của bà cụ cố Phạm Thị Thân và gọi các Cậu bằng cậu ruột nên chắc là danh chánh ngôn thuận để đảm nhận việc nầy. Thế là Cha Thí lại đi gặp anh Thanh và hôm sau lại đến nhà cho nhạc phụ & nhạc mẫu tôi biết là anh Thanh không dám đảm nhận công việc mà anh cho là rất nguy hiểm nầy, bởi vì anh đã bị học tập cải tạo theo diện "Ngụy quân Ngụy quyền". Cha Thí còn than thở là việc nầy nếu có người lo thì Cha Toán bên Pháp sẽ hoàn trả lại tất cả chi phí cho việc di dời và an táng cho bà cụ Cố và các Cậu, ngặt một nỗi là chưa tìm ra người đứng ra gánh vác công việc nầy.

Thấy Cha Thí thở văn than dài về việc tìm người đứng ra lo việc dời mộ và an táng, nhạc phụ tôi suy nghĩ một lúc lâu rồi bàn với Cha Thí hay là qua bên Tân Định – Sài Gòn, nhờ mấy anh con rễ hay anh Liêm con của Dì Luyến (chị ruột nhạc mẫu tôi) lo giúp việc nầy vì mấy anh đó rất tháo vát, lại là những người có địa vị xã hội ở miền Nam trước 1975 thì dư khả năng để chu toàn việc nầy. Nhưng Cha Thí lắc đầu nói với Ôn Mệ chúng tôi rằng *"Tôi đã đến thăm Dì Luyến vài lần để bàn vấn đề nầy, Dì Luyến thì rất lo lắng, nhưng một người rễ và một người con trai Dì Luyến đang được chính quyền hiện tại lưu dụng nên vấn đề là nỗi sợ hãi và lo yên thân cho qua ngày tháng đã ngăn cản mấy anh đó đứng ra gánh vác việc nguy hiểm nầy. Hơn nữa mấy anh còn ngăn cản Dì Luyến là đừng dính dáng vào việc nầy, sẽ nguy hiểm lắm"*. Đến nước nầy thì Cha Thí và nhạc phụ tôi đều bó tay không tính ra kế gì khác và Cha Thí buồn bả ra về. Ba hôm sau Cha Thí lại lên nhà nhạc phụ tôi và nói với nhạc phụ tôi là hôm qua Dì Luyến có đến thăm Cha tại nhà dòng Chúa Cứu Thế và đề nghị với Cha rằng: *"Bây giờ khó quá, hay là Cha thử đến gặp "thằng chồng con Mai" nhờ hắn đảm đương giùm, hắn có vẻ chu đáo lại là con rể dì dượng Thận thì chắc là được. Vậy dì dượng cho tôi gặp anh ấy để bàn thử xem sao"* (nhà tôi tên là Tuyết Mai). Nghe vậy nhạc phụ tôi suy nghĩ một lúc rồi bảo nhạc mẫu gọi tôi xuống phòng khách gặp Cha Thí. Lúc đó tôi đang dỗ cháu Nam Bửu là con trai đầu lòng gần 2 tuổi ngũ trưa trên gác, nhưng nghe nhạc phụ gọi và nghe có Cha Thí đến thăm nên tôi theo nhạc mẫu tôi xuống chào Cha Thí và tiếp chuyện với Ngài. Cha Thí bảo với tôi là: *"Việc nầy khó khăn quá mà các anh chị bên nhà Dì Luyến không ai dám đảm nhận nên Dì có nói với tôi qua đây nhờ anh Sơn giúp giùm, còn phần dì dượng Thận, dì Luyến và tôi thì dù* rất muốn giúp dì Bác lo toan công việc nầy, nhưng già yếu rồi thì làm sao lo nổi. Vã lại tôi là Linh Mục nên đâu dám đứng ra dời mộ các Cậu trong tình thế nầy, còn chi phí thì anh Sơn đừng lo vì Cha Toán của Dòng Chúa Cứu Thế Sài Gòn đang ở Pháp hứa với tôi là sẽ lo phần chi phí". Nghe Cha Thí nói rất chân tình nhưng tôi đang phân vân chưa biết làm thế nào để mình bớt sợ hãi thì mới dám nhận lời. Tôi đang suy nghĩ chợt nghe tiếng xe xích-lô đậu lại trước cổng nhà thả dì Luyến xuống. Dì vào phòng khách chào Cha Thí và Ôn Mệ xong ngồi xuống bên cạnh nhạc mẫu tôi và nói ngay: *"Hôm qua mẹ có thưa với Cha Thí bây giờ chỉ còn cách nhờ anh Sơn lo giùm việc dời mộ mấy Cậu và an táng Bà, nhưng mệ muốn chắc hơn nên mệ qua đây để nói giúp lời với Ngài, anh Sơn đừng sợ, mấy Cậu và Bà linh thiêng lắm, sẽ phù hộ anh mà"*. Nhạc phụ tôi nói liền: *"E là rất khó, vì hắn là con một, lỡ có bề gì tôi làm sao ăn nói với ông bà ngoài nớ, với lại bao nhiêu người khác thọ hưởng nhiều ơn lắm nghĩa của thời các Cậu, nay đâu hết rồi mà bắt một đứa con nít vào thời đó phải gánh vác việc hiện thời nầy. Vã lại gia đình chúng tôi là bà con bàng hệ chứ không phải là trực hệ"*. Nghe thế, tôi biết ngay là việc nầy không dễ dàng và có thể là nguy hiểm. Tuy vậy tôi cảm nhận là ngoài tôi ra thì Cha Thí, Dì Luyến và Ôn Mệ tôi không còn biết phải nhờ ai khác vào thời điểm đó. Vì vậy nỗi sợ hãi cũng có phần giảm đi, nhất là lòng tôi bất nhẫn khi thấy một vị linh mục đã gần 80 tuổi và 3 cụ già hơn 80 tuổi hết lòng vì nghĩa tình đối với cố TT Ngô Đình Diệm, mà tìm không ra người đảm nhiệm việc nầy. Tôi quyết định nhận lời yêu cầu của Cha Thí & Dì Luyến để đảm trách công việc di dời hai ngôi mộ của TT

Diệm, ông cố vấn Nhu và an táng cho bà cụ cố Luxia Phạm Thị Thân với tư cách thay mặt cho nhạc phụ và nhạc mẫu tôi. Cha Thí và Dì Luyến nghe vậy thì vui mừng hết sức, vì từ 2 tuần qua Ngài đã chạy đôn chạy đáo khắp Sài Gòn để nhờ cậy những người bà con gần xa mà không kết quả. Riêng nhạc phụ và nhạc mẫu tôi thì có vẻ hơi lo lắng một chút khi nghe tôi nói **"thưa vâng"** với Cha Thí và Dì Luyến. Tôi nói với Cha Thí là nghe nói hồi đó họ giết TT và ông Cố Vấn xong là chôn tạm trong khuôn viên Bộ Tổng Tham Mưu. Cha Thí mới nói cho tôi biết là Tướng Nguyễn Khánh sau khi "chỉnh lý" nắm quyền vào cuối tháng Giêng 1964, thì sợ bóng sợ gió gì đó nên nữa đêm cho lính dời từ Bộ Tổng Tham Mưu QLVNCH đem ra chôn tại nghĩa trang Mạc Đỉnh Chi, đúc 2 tấm đan bê tông đậy trên 2 ngôi mộ chứ không có tên tuổi gì cả. Cha Thí còn nói cho tôi biết là từ đầu năm 1964, khi cụ bà thân mẫu của TT là bà cụ cố Luxia Phạm Thị Thân từ trần tại Sài Gòn thì linh cửu được đưa vào nhà quàng tại nghĩa trang Mạc Đỉnh Chi đợi thời cơ thuận tiện sẽ đem về Huế an táng bên cạnh lăng mộ cụ Thượng thư Ngô Đình Khả (thân phụ của TT NĐD). Từ đó cứ vài ba tháng Cha Thí lại vào nghĩa trang nầy thăm viếng và cầu nguyện cho bà cụ Cố và hai Cậu.

Đến đây thì nhạc phụ tôi yêu cầu Cha Thí hai việc: **Một là thông tin cho dì Bác bên Úc Châu biết là nhạc phụ và nhạc mẫu tôi sẽ lo chu toàn việc Dì gởi gắm và hai là liên lạc với Soeur Trương Thị Lý đang là Mẹ Bề Trên của dòng nữ tu Mến Thánh Giá tại Phủ Cam – Huế để yêu cầu Chị Lý đứng tên trên đơn xin dời mộ mấy Cậu.** Lý do mà nhạc phụ tôi đưa ra là tuy tôi đã nhận lời đứng ra gánh vác công việc nầy cho nhạc phụ & nhạc mẫu tôi, nhưng nhạc mẫu tôi chỉ là cháu gọi cụ bà Thượng thư Ngô Đình Khả (tức bà cụ Cố Luxia Phạm Thị Thân) bằng dì ruột, tức chỉ là bà con bàng hệ dù là chị em bạn dì ruột với cố TT NĐD. Còn Soeur Trương Thị Lý là con Dì Thừa (bà Ngô Đình Thị Giao mà trong gia đình gọi là Dì Thừa hay dì Thừa Tùng – cụ Thừa Tùng là thân phụ của chị Lý) chính là cháu ngoại của bà cụ Cố, gọi TT bằng cậu ruột là trực hệ. Nếu Chị Lý bằng lòng đứng tên trên đơn xin thì danh chánh ngôn thuận hơn và tránh được nhiều sự xuyên tạc sau nầy. Nhạc phụ tôi còn nói thêm là Soeur Trương Thị Lý còn một người chị ruột là Trương Thị Tá cũng đi tu làm Soeur ngoài Long Khánh. Cha Thí hứa sẽ làm ngay cho kịp. Sau 1 tuần lễ, Cha Thí mang đến giao cho tôi tờ đơn ký tên Trương Thị Lý trên danh nghĩa là cháu Ngoại xin phép an táng linh cửu Bà Ngoại là bà Phạm Thị Thân đang còn để trong nhà quàng nghĩa trang Mạc Đỉnh Chi – Sài Gòn (từ năm 1964) và luôn tiện di dời hai ngôi mộ của 2 người cậu ruột là ông Ngô Đình Diệm và ông Ngô Đình Nhu trong nghĩa trang nầy. Đơn của Chị Lý có Khóm và Phường địa phương ngoài Huế chứng nhận chữ ký và đóng dấu của nhà cầm quyền. Tôi đã xem kỷ tờ đơn nầy rồi cất giữ để chờ ngày nộp đơn xin phép dời mộ. *Ngày nay đơn nầy chắc chắn là vẫn còn được lưu giữ tại cơ quan công an Cộng Sản Việt Nam tại SG.*

Vào cuối tháng Sáu thì Cha Thí cho gia đình nhạc phụ tôi biết là dì Bác có thư về cho Cha Thí nhờ thưa với nhạc phụ và nhạc mẫu tôi là dì dượng Bác vô cùng vui mừng khi hay tin nầy và không còn lo lắng gì nữa vì đã có LM Nguyễn Quang Toán bên Pháp lo chi phí và nhạc phụ và nhạc mẫu tôi gánh vác trách nhiệm dời mộ hai Cậu cùng với việc an táng bà Cố và giao cho tôi định liệu và thực hiện nghĩa vụ nầy từ A đến Z.

PHẦN III

THỰC HIỆN VIỆC DỜI MỘ CỐ TT NGÔ ĐÌNH DIỆM, BÀO ĐỆ NGÔ ĐÌNH NHU VÀ AN TÁNG BÀ CỤ CỐ LUXIA PHẠM THỊ THÂN VÀO NGÀY 28 -07-1983

CHUẨN BỊ:

Vào ngày 13 tháng 6 năm 1983, Cha Thí đi cùng tôi vào nghĩa trang Mạc Đĩnh Chi – đường Mạc Đỉnh Chi, Quận 1 Sài Gòn (nghĩa trang MĐC) – để chỉ cho tôi vị trí ngôi mộ Cố TT Ngô Đình Diệm, ông Cố vấn Ngô Đình Nhu và nơi quàng linh cửu bà cụ cố Thân Mẫu của TT (cụ bà Thượng thư Ngô Đình Khả, nhủ danh Luxia Phạm Thị Thân). Vị trí nầy rất dễ nhớ là từ ngoài cổng đi vào theo con đường chính của nghĩa trang vào sâu bên trong vượt qua khỏi ngôi mộ đá cẩm thạch (marble) nguy nga đồ sộ của cố Đại tướng Lê văn Ty bên tay trái độ 20 thước thì đến hai ngôi mộ nằm bên tay phải gần sát lề đường với 2 cây bông sứ trắng nằm 2 bên. Thật sự thì nơi đây không giống 2 ngôi mộ, vì chỉ thấy 2 tấm đan xi-măng nằm song song trên mặt đất, chung quanh có những trụ giăng dây cáp ngăn riêng 2 ngôi mộ nầy với tất cả các ngôi mả khác, như hình chụp bên dưới (chụp ngày 28.07.1983).

Đến đây Cha Thí dặn tôi phải ghi nhớ như sau: "**<u>Tính từ hướng ngoài cổng chính của nghĩa trang Mạc Đỉnh Chi đi vào thì dưới tấm đan xi-măng đầu tiên là quang tài cậu Nhu rồi mới đến dưới tấm đan xi-măng thứ 2 là quang tài cậu Diệm</u>**" *(Cha Thí dùng chữ "cậu" vì tất cả anh chị em của nhà tôi và các con của Dì Luyến quen gọi hai vị nầy bằng Cậu)*. Lạ một điều là tôi và Cha Thí thấy có hoa và nhang cắm trong chiếc lư xi-măng tương tự như trong tấm hình bên trên và Cha Thí giải thích cho tôi nghe là suốt 20 năm nay lúc nào Ngài vào thăm cũng thấy hoa và nhang, khi còn tươi, khi thì hơi héo đi mà không rõ ai đã âm thầm làm như vậy, còn bây giờ là thời buổi khắc nghiệt thế nầy mà vẫn có người không quên các Cậu. Tôi ghi nhận xong thì Cha Thí đưa tôi đi sâu vào bên trong nghĩa trang đến con đường hoang vắng nhỏ sát bờ thành nghĩa trang và chỉ cho tôi thấy cái học nhà quàng có gắn tấm đá hoa nhỏ ghi dòng chữ **"LUXIA PHAN THỊ THÂN" (chữ PHAN nầy cũng sẽ được nói sau)**. Tôi ghi nhớ vị trí xong thì cùng Cha Thí đi bộ ra cổng nghĩa trang để lấy xe đạp về nhà. Đến gần cổng thì thấy khu trại bằng tôn vách ván ghi dòng chữ Ban Quản Lý đang có khá đông người nộp đơn xin dời mộ thân nhân của họ. Tôi xin phép Cha Thí đi vào khu trại nầy hỏi thăm và tìm hiểu chi tiết và cách thức thực hiện việc dời mộ. Nữa giờ sau đó tôi xong việc và ra gặp Cha Thí thưa rõ cho Ngài biết tổng quát việc gì tôi phải làm từ nay trở đi. Cha Thí hỏi tôi bao giờ thì bắt đầu, tôi thưa ngay là ngày mai. Ngài nói với tôi là nếu ngày mai anh Sơn tiến hành công việc thì phải nhờ Dì Dượng Thận ứng trước chi phí cho công việc rồi sau nầy Cha Tóan bên Pháp sẽ hoàn trả lại hết. Tôi thưa với Ngài là

"Vậy xin nhờ Cha nói với Ôn Mệ giùm con chứ con là con rể đâu dám đòi như vậy, lỡ sau nầy Cha Toán không trả lại thì con mất mặt với gia đình nhạc phụ con". Cha Thí đáp là ***"Ừ được, để tôi nói với Dì Dượng"***. Từ đây hai già một trẻ là LM Lê văn Thí, nhạc phụ tôi và tôi làm việc với nhau rất thân tình và tin cậy như đã từng biết nhau lâu năm.

Xin nói thêm là bất cứ khi nào đi công việc chung với nhau, Cha Thí và tôi đồng lòng gọi nhau là Bác-Cháu và Ngài không mặc áo dòng để tránh sự dòm ngó của mật vụ CSVN, vì Bối Cảnh nghiệt ngã và lo sợ của thời kỳ hà chính nói trên và từ đây về sau tôi luôn luôn gọi Ngài là Bác trước mặt những người ngoài thân tộc chúng tôi.

Khi tôi về đến nhà nhạc phụ tôi hỏi thăm đi công việc ra sao ? Tôi thưa lại mọi chuyện thì nhạc phụ tôi mới nói cho tôi biết rằng: *"Tấm bảng đá hoa (marble) khắc tên bà cụ cố là **"Luxia Phan Thị Thân"** là sai, vì năm 1964 khi Bà mệnh chung thì gia đình đang bối rối (cậu Ngô Đình Cẩn đang bị giam tại khám Chí Hòa – Sài Gòn) không dám đưa về Huế mà chỉ đưa linh cửu vào quàng tại nghĩa trang Mạc Đỉnh Chi để mong có ngày tình thế êm dịu hơn sẽ đưa về Huế, không biết ai là người khắc tấm đá sai tên đó. Tên đúng của Bà là **LUXIA PHẠM THỊ THÂN**, vì cậu Phạm Văn Hanh họ Phạm là cháu gọi Bà cụ cố bằng cô ruột thì vẫn còn đang sống tại Nha Trang, vậy mình phải khắc bia cho đúng sau khi an táng".* Thời may sau đó ít ngày, cậu Phạm Văn Hanh vào Sài Gòn đến thăm Ôn Mệ và cũng có xác nhận với tôi là họ **PHẠM** mới đúng (Cậu Hanh là anh em cô cậu ruột với nhạc mẫu tôi và cũng là anh em cô cậu ruột với TT NĐD). Vì vậy tôi mới nói cho cậu Hanh biết là tôi sắp dời mộ Bà và các Cậu vào khoảng cuối tháng 7 – 1983 nầy để cậu cùng hiện diện như một đại diện của phía ngoại cố TT Ngô – phía ngoại cố TT Ngô có họ PHẠM. Nhờ sự hiểu biết của nhạc phụ tôi mà bia mộ bà cụ cố **Luxia Phạm Thị Thân** được tôi điều chỉnh lại đúng tên họ.

Vì vậy điều tôi lờ mờ cảm nhận lúc này là có một điều gì đó rất thiêng liêng nâng đỡ tinh thần và soi sáng tâm trí tôi, giúp tôi sắp xếp mọi việc trôi chảy và an lành trong hoàn cảnh và trong không khí nghiệt ngã đầy sợ hãi của thời kỳ hà chính (bao cấp) đó.

Chân dung cụ Thượng thư Ngô Đình Khả, thân phụ của TT Ngô Đình Diệm.

Cụ bà cố Thượng Thư Ngô Đình Khả, nhủ danh Luxia Phạm Thị Thân.

Ghi chú: *Hình ảnh copy lại từ 1 tấm hình cũ của gia đình cụ cố Thượng Thư Ngô Đình Khả cách đây hơn 100 năm (ngay bên dưới) nên không rõ lắm.*

Hình gia đình cụ Ngô Đình Khả chụp vào năm 1905.

(Ghi chú: Gia đình thanh bạch của thượng thư Ngô Đình Khả, hình chụp năm 1905- Từ trái: Ngô Thị Giao (sau này là nhạc mẫu của ông Trần Trung Dung,) bà Ngô Đình Khả bồng Ngô Thị Hiệp (thân mẫu tương lai của Hồng Y Nguyễn Văn Thuận) Thượng Thư đương chức Ngô Đình Khả, 3 con trai: Ngô Đình Thục, Ngô Đình Diệm và Ngô Đình Khôi (chưa có giầy dép, mặc dù hiếm khi có dịp chụp hình, quần áo rất bình dân),(các ông Ngô Đình Nhu, Ngô Đình Luyện và Ngô Đình Cẩn chưa ra đời). Nguồn: Vĩnh Phúc.

Hình cũ của gia đình TT Ngô Đình Diệm chụp thời xưa (trước 1945).

Bây giờ là lúc phải đi vào văn phòng Ban Quản Lý tại nghĩa trang Mạc Đỉnh Chi để nộp cái đơn do chị Trương Thị Lý đứng tên xin dời mộ. Tôi rất lo lắng không biết khi mình đứng ra nộp đơn họ có hiểu lầm và bắt giam mình hay không và mình không biết phải nhờ ai cùng đi với mình để lỡ ra có việc gì thì tin về nhà. Ôn Mệ thì già yếu, nên chỉ còn biết trông cậy vào nhà tôi, dù đang mang thai đứa con thứ hai được 6 tháng. Vì vậy ngày 14/06/1983 nhà tôi tay dắt bé con đầu lòng mới gần 2 tuổi, bụng mang thai cháu thứ hai được 6 tháng, đi xe xích-lô còn tôi thì đạp xe đạp đi chung từ Quận 10 xuống nghĩa trang Mạc Đĩnh Chi (MĐC) – sài Gòn. Đến nơi tôi vào Văn Phòng trong trại nộp đơn, còn nhà tôi và cháu bé ngồi chờ trong quán lá bán nước trước Văn Phòng. Nhân viên thu đơn xem thấy tên Tổng Thống Ngô Đình

Diiệm thì đứng ngay dậy cầm đơn đi vào phía trong, bỏ tôi đứng một mình hơn 30 phút mới trở ra hỏi tôi: *"Bà Trương Thị Lý nầy ở đâu, sao không đến nộp đơn mà anh lại đi nộp? Bà này với anh liên hệ ra sao?"*. Tôi ôn tồn thưa với họ là vì đường sá xa xôi và thời buổi nầy mua vé xe tàu rất khó khăn nên chị Trương Thị Lý ở Huế phải nhờ tôi đi nộp giùm, vì tôi là người quen của Chị tại Sài Gòn (*mua một vé xe đò, xe lửa hay máy bay phải chờ đợi và sắp hàng cả ngày, nhiều khi vẫn không mua được, vào thời đó*). Nhân viên nầy lại bỏ tôi đứng một mình ở bàn giấy để đi vào phòng trong một lát lại ra, đưa cho tôi tờ giấy biên nhận bằng bàn tay, có đóng dấu và ghi là "Đã nhận đơn của bà Trương Thị Lý" và bảo tôi: *"Ngày 7 tháng sau – 07-07-1983 - anh trở lại đây để biết kết quả"*.

Tôi ra khỏi Văn Phòng cùng nhà tôi và cháu Nam Bửu trở về nhà mà lòng phập phồng lo lắng không biết họ sẽ cho phép hay không. Suốt trong hơn 3 tuần lễ chờ đợi nầy, nhạc phụ & nhạc mẫu, Cha Thí, nhà tôi và tôi đều lo sợ không biết chính quyền có cho phép hay không và có truy vấn chuyện gì về gia đình TT NĐD hay không. Riêng tôi thì tự nhủ rằng mình mới 16 tuổi vào năm đảo chính 1963 thì hy vọng là họ không truy vấn gì, nhưng dầu sao tôi cũng bị lây chút ít nỗi sợ của ông Ngô Đình Tri, anh Nguyễn Văn Thanh và các anh chị con trai, con gái và con rể Dì Luyến. Nhờ đến Văn Phòng nộp đơn mà tôi biết là Văn Phòng nầy mở cửa cả ngày Chủ Nhật, nó cho thấy là chính quyền Sài Gòn muốn phá bỏ nghĩa trang Mạc Đỉnh Chi càng sớm càng tốt.

Đến ngày 07 tháng 7 năm 1983, tôi lại đạp xe một mình, còn nhà tôi đang mang bầu 7 tháng thì dắt cháu bé Nam Bửu mới gần 2 tuổi, đi xe xich-lô theo sát phía sau, xuống văn phòng Ban Quản Lý tại nghĩa trang MĐC, để xem kết quả của đơn xin do chị Lý đứng tên. Đến nơi, chỉ một mình tôi đi vào Văn Phòng đưa biên nhận nộp đơn. Ngay lập tức nhân viên thu đơn lấy đi tờ biên nhận bỏ vào ngăn kéo, xong dẫn tôi đi vào bên trong bảo là để gặp *"chú Chín Nhơn"* là Phó giám đốc Công Ty Vệ Sinh Thành Phố *(tên cũ trước 1975 là Sở Vệ Sinh Đô Thành - chữ Công Ty ở đây khác chữ công ty của một đơn vị kinh doanh tư nhân, vì từ năm 1975 đến 1986, tất cả công ty đều bị quốc hửu hóa do chính quyền quản trị y như một cơ quan nhà nước, còn một số cơ quan cũ của VNCH thì bị đổi tên thành công ty, nhưng thật sự lại là cơ quan chính quyền!!!).*

Đến cửa phòng anh ta đẩy tôi vào và đóng cửa lại. Thấy ông Chín Nhơn khoảng gần 50 tuổi, người tầm thước, da hơi ngăm đen nhưng vẻ mặt hiền lành, tôi lên tiếng:

- *"Xin chào ông Phó Giám Đốc"* thì ông Chín Nhơn nói ngay bằng một giọng Nam Kỳ thuần tuý:
- *"Mời anh ngồi, anh gọi tôi bằng Chú cũng được rồi, à mà anh tên gì cho tôi biết để tiện xưng hô"*.

Sau khi biết tên tôi, ông Chín Nhơn vào đề ngay, vừa nói vừa ghi chép vào cuốn sổ bìa đen lớn bằng 2 cuốn tập học trò đã mở sẵn trước mặt:

- *"Hôm nay tôi sẽ bàn với anh Sơn mấy việc quan trọng vì tuần rồi các Ban, Ngành chúng tôi đã họp và đã có quyết định cho phép, bên Công An đã đồng ý và bên Đài Truyền Hình cũng sẽ có mặt. Nhưng tôi* muốn biết là anh Sơn chịu trách nhiệm và thực hiện hay là bà Trương Thị Lý ngoài Huế chịu trách nhiệm và thực hiện việc nầy?"

Nghe vậy tôi biết ngay là họ muốn nắm cán người nào giữ vai trò chính trong hai người là tôi và Chị Lý. Phước chí tâm linh, đã khiến cho tôi trả lời rất từ tốn với ông ta:

- *"Thưa Chú, vì phương tiện đi lại là tàu xe từ Huế vào đây quá khó khăn, cư trú cũng mất nhiều ngày, nên Chị Lý có nói là nhờ tôi lo liệu mọi việc tại đây, rồi đến ngày dời mộ thì Chị mới vào được"*. Nghe xong ông Chín Nhơn nói ngay:

- *"Thôi được, coi như anh là người thực hiện vậy anh nghe kỹ đây:*

Thứ nhất, các Ông nầy là những người đứng đầu chế độ cũ, có tiếng tăm lớn nên vào ngày dời chúng tôi sẽ bố trí an ninh chặt chẽ. Ngày qui định dời mộ là 28 tháng nầy lúc 6 giờ sáng thì bắt đầu, và phải vận chuyển ra khỏi Mạc Đỉnh Chi trước 12 giờ trưa, để giải tỏa an ninh cho các hộ (gia đình) khác vào dời mộ. Chính quyền cũng cho phép gia đình ông tướng Lê Văn Tỵ của chế độ cũ dời mộ cùng ngày giờ như tôi đã nói, để tiện việc cho bên công an sắp xếp & bố trí an ninh. Sở Công An Thành Phố sẽ xuống giám sát và sẽ có Đài Truyền Hình quay phim và chụp hình làm tài liệu lưu trữ.

Thứ hai là phải dời về nghĩa trang Quãng Đông cũ tại Lái Thiêu thuộc tỉnh Bình Dương. Vậy anh nên xuống đó liên hệ với Ban Quản Lý nghĩa trang dưới đó lo liệu trước việc mua đất và lo đào sẵn huyệt chôn cất cho ngày 28. Tôi đã thông báo cho dưới đó, anh cứ xuống là họ giúp giải quyết nhanh. Quang tài đào lên phải bỏ đi thay bằng quang tài mới cho hạp vệ sinh và quang tài mới phải mua tại Công Ty Vệ Sinh Thành Phố. Công nhân đào mộ, bốc mộ, khâm liệm qua quang tài mới, và xe tang di chuyển xuống Lái Thiêu sẽ do chúng tôi cung cấp và thân nhân phải trả chi phí. Anh qua bên Công Ty Vệ Sinh Thành Phố đóng tiền chi phí trước ngày dời 2 tuần.

Thứ ba là 5:30 sáng ngày 28/07/1983 thì cổng chính sẽ mở cho anh vào và anh chỉ được đem theo 6 người thân nhân kể cả anh và bà Trương Thị Lý nầy, và họ phải vào cùng một lúc với anh. Ngoài bên phía anh và bên phía *gia đình ông tướng Ty không ai khác được ra vào nghĩa trang Mạc Đỉnh Chi trong suốt buổi sáng. Giờ anh cần hỏi thêm gì không?".*

Chăm chú nghe xong tôi thấy quả thật sự việc nầy khá nghiêm trọng khác hẳn việc thân nhân di dời các ngôi mộ thông thường khác trong nghĩa trang nầy. Tôi xin ông Chín Nhơn một tờ giấy trắng ghi các chi tiết nói trên, xong hỏi thêm một câu:

- *"Chú cho cháu xin thêm một người thợ ảnh vào chụp hình ảnh cho gia đình Chị Lý giữ làm kỷ niệm vì Chị Lý là cháu ngoại".* Ông thân mật bảo tôi rằng:

- *"Sau khi xong ở đây, anh ra trước trại nầy, chỗ quán nước sẽ gặp mấy người thợ chụp hình dạo, có giấy phép của Ban Quản Lý để mướn họ là xong, vì họ được phép vào đây hàng ngày để chụp hình mướn".* Tôi hiểu ngay là **trường hợp nầy** không được phép đem thợ chụp hình bên ngoài vào, vì chính quyền nghi ngờ họ. Vậy là tôi chỉ được phép đem theo 5 người nhà và kể luôn tôi là 6.

Thấy đã hơn 1 tiếng đồng hồ trôi qua, tôi chào ông Chín Nhơn xin ra về thì ông dặn thêm một câu:

- *"Có gì khó khăn anh Sơn cứ lên Công Ty Vệ Sinh Thành Phố xin gặp Chín Nhơn nầy nhá, và nhớ nói là việc dời mộ mấy Ông nầy là tôi ưu tiên giải quyết cho".*

Đây quả thật là người cán bộ Cộng Sản duy nhất không dùng chữ "thằng" để gọi TT, lại nói năng từ tốn và có lý có tình mà tôi gặp lần đầu tiên kể từ 1975, nên mãi về sau nầy tôi vẫn ghi nhớ cảm tình với người cán bộ Nam Kỳ tập kết trở về nầy – chú **CHÍN NHƠN** (*tôi không biết và không dám hỏi tên thật của ông ta, vì giai đoạn nầy, khi gặp dân thường, cán bộ Cộng Sản thường dùng bí danh như Hai Chung, Ba Dân, Bốn Cần, Tư Minh, v.v…, âu cũng là nét đặc sắc của thời Hà Chính – Bao Cấp)*. Tôi ra trước trại vào quán nước đưa vợ con về nhà.

Sau cuộc gặp nầy tôi bình tâm và bớt sợ hãi vì thấy là chính quyền thực sự chỉ muốn gia đình TT NĐD làm sao dời mộ đi ra khỏi nghĩa trang Mạc Đỉnh Chi cho yên chuyện. Và tôi tự cười thầm mình là người chẳng dính dáng gì đến chế độ cũ đệ I VNCH và lúc Tổng Thống NGÔ tuẩn quốc mình mới 16 tuổi còn đang học đệ tam (lớp 10) thì có lý do gì mà nhát sợ như thế. Nghĩ đến đây lòng tôi cảm thấy an tâm để đi lo công việc tiếp theo. Lạ một điều là những gì tôi cần biết để thực hiện cho công việc dời mộ và an táng thì hôm nay hiện ra đầy đủ sau cuộc hội kiến với ông Chín Nhơn, vì trước đây tôi chưa từng làm việc nầy bao giờ. Thêm nữa là hình như có một sự phù trợ thiêng liêng nào đó mà cứ mỗi lần tôi muốn biết phải làm sao tiếp theo, là ngay sau đó tôi tìm thấy dễ dàng (thời nầy chưa có Internet) và cứ mỗi lần tôi gặp khó khăn hay nguy hiểm thì ngay sau đó lại vượt qua khỏi một cách kỳ lạ. Ngay lúc đó một chương trình thực hiện công việc cụ thể đã hiện ra trong tâm trí tôi.

Việc đầu tiên là đến thẳng đường Kỳ Đồng vào nhà dòng Chúa Cứu Thế (CCT) thuật lại cho Cha Thí nghe cuộc gặp với ông Chín Nhơn vừa rồi (*còn nhà tôi và đứa con trai nhỏ lên xe xích-lô đi về nhà*).

Ngài rất vui mừng và cho tôi hay rằng: *"Tôi đã bàn với dì dượng Thận ứng trước chi phí cho công việc nầy, rồi khi nào Dì Dượng xuất cãnh sang Anh Quốc thì Cha Toán ở Pháp sẽ hoàn trả đầy đủ, và Dì Dượng đã đồng ý. Vậy anh cần chi phí gì và bất cứ lúc nào cứ lấy tiền nơi Dì Dượng, phần tôi sẽ viết thư cho Cha Nguyễn Quang Toán bên Pháp biết tổng số chi phí sau khi mình hoàn tất công việc để Cha Toán ngài gởi qua Anh Quốc hoàn trả lại cho Dì Dượng dưỡng già".* Quả thật là nhạc phụ và nhạc mẫu tôi đã nộp đơn xin xuất cãnh 1 tuần trước và có nói cho Cha Thì biết, nên bây giờ nhạc mẫu tôi nghe lời Cha Thí đề nghị đem hết vốn liếng dành dụm để dưỡng già ra chi tiêu cho việc nầy. Xuất cãnh, vì Ôn Mệ đã được bảo lãnh sang Anh Quốc tỵ nạn do vợ chồng người con rễ đầu là ông bà Đại Tá Lý Trọng Song – Nguyễn Thị Đông, nguyên là Tùy Viên Quân Sự toà đại sứ VNCH tại London từ năm 1972 đến ngày 30/04/1975. Chị Nguyễn Thị Đông là chị đầu của nhà tôi, tức là con gái đầu của nhạc phụ và nhạc mẫu tôi. Trước khi ra về tôi yêu cầu Cha Thí ngày mai đi cùng tôi xuống Lái Thiêu để tìm nghĩa trang Quảng Đông cũ, mua đất an táng bà cụ Cố, TT và ông cố vấn Nhu. Cha Thí bảo tôi đem xe đạp bỏ tại nhà dòng DCCT rồi dùng xe Honda PC của Ngài để chở nhau cùng đi, Ngài than thở: *"anh Sơn đạp xe đạp hoài thì bao giờ mới tới Lái Thiêu, ngày mai mình còn phải hỏi thăm xem nghĩa trang Quảng Đông nằm ở mô, chứ anh và tôi đâu biết nơi nào"*.

Ngày 08/07/1983, tôi mang một số tiền trong túi xách do nhạc mẫu tôi đưa cho, chở Cha Thí bằng xe Honda PC của Ngài (*Ngài mặc thường phục như dân thường và chúng tôi xưng hô với nhau bằng Bác, Cháu,* **– CSVN ghét nhất là tu sĩ Công Giáo, nhì là tu sĩ PG Hòa Hảo, thứ ba là MS Tin Lành và thứ tư mới là Cao Đài và Phật Giáo**) đi theo xa lộ Đại Hàn xuống đến chợ Lái Thiêu hỏi thăm và tìm ra được nghĩa trang Quảng Đông (tên trước năm 1975), mới biết đây là nghĩa trang tư của bang Quảng Đông - người Việt gốc Hoa. Nghĩa trang khá lớn, lớn gấp đôi nghĩa trang Mạc Đỉnh Chi Sài Gòn, nằm trên 1 khu đất cao trên con đường đi từ Lái Thiêu qua quận Dĩ An – Biên Hòa, con đường tỉnh lộ nầy xuyên qua trung tâm chia nghĩa trang ra làm 2 khu rộng lớn. Khu có văn phòng thì đã đầy mồ mã người Hoa nằm sắp hàng thẳng tắp. Bây giờ nghĩa trang đã bị chính quyền tịch thu, do Công Ty Vệ Sinh Thành Phố (Sài Gòn) quản lý, với tên mới là nghĩa trang Lái Thiêu (1983), nên không còn có người

Hoa nào trong ban điều hành nghĩa trang. Khu nghi lễ mai táng ở gần văn phòng rất đẹp và khang trang theo kiểu Tàu dành cho người Hoa làm nghi lễ truyền thống của họ trước khi mai táng. Tôi và Cha Thí vào văn phòng gặp người quản lý tại đây trình bày việc hai Bác-Cháu chúng tôi đi tìm đất an táng cho 3 ngôi mộ gia đình trong nghĩa trang MĐC Sài Gòn phải dời đi, theo chỉ thị của ông Chín Nhơn nói trên. Người quản lý nầy nói ngay: *"Tôi biết rồi, anh ra văn phòng gần cổng gặp anh Bảy, đội trưởng mai táng để giải quyết công việc nầy cho nhanh"*. Anh Bảy là một người nông dân địa phương, tuổi khoảng 40, đưa tôi và Cha Thí ra khu đất bên kia đường tỉnh lộ để chọn đất. Khu đất nầy của nghĩa trang Lái Thiêu khá rộng lớn nhưng chỉ mới có vài chục ngôi mộ dời từ nghĩa trang MĐC Sài Gòn về đây, phần lớn là mộ đắp đất chứ chưa xây cất bia mộ, nhưng nằm ngay hàng thẳng lối theo quy định của chính quyền. Tôi đứng giữa vùng đất thênh thang trống vắng nhình quanh, xong xin anh Bảy đưa tôi lên khu gò cao nhất nằm gần đường tỉnh lộ ở phần cuối. Nơi đây anh Bảy chỉ cho tôi xem một cái hầm mới đào vuông vức mỗi bề gần 5 mét, sâu 2,5 mét và nói cho biết là hầm mộ tập thể để cho những ngôi mộ tại MĐC mà không ai dời đi thì sau tháng 12/1983, họ sẽ đào lên đốt thi hài thành tro đổ xuống hầm nầy chôn tập thể *(tôi nghe mà lạnh người, nhưng thật sự thì thời hạn chót dời mộ sau nầy đã được gia hạn thêm nhiều tháng cho đến năm 1984)*. Đứng nhìn hàng mộ đất ở hàng trong cùng cách đường lộ chừng 10 thước, tôi ưng ý 1 khu đất trống ở vị trí nầy, nên tôi kéo Cha Thí lên đường lộ đứng ngắm một chặp và chỉ cho Ngài xem vị trí thì Cha Thí nói ngay: *"Ồ! tốt quá, Bác đồng ý với Cháu, mình* chọn chỗ đó đi". Anh Bảy nói ngay: *"Chổ đó thì người khác không được, nhưng trường hợp đặc biệt của mấy Ông nầy thì được, vì nghĩa trang đã quy định chôn theo thứ tự kế tiếp nhau, nhưng anh lại chọn nơi cách các ngôi mộ mới chôn đến 10 mét".* Tôi cám ơn anh Bảy xong, đi cùng anh Bảy vào vị trí đã chọn phân lô, cắm các cọc đánh dấu 3 huyệt mộ, xong theo anh Bảy vào lại nơi làm việc, để bàn về việc sửa soạn sẵn sàng nơi chôn cất. Anh Bảy cho biết là toán của anh sẵn sàng nhận công việc đào huyệt, xây kim tĩnh, hạ quang tài xuống kim tĩnh, lấp đất và đúc nắp đậy kim tĩnh, v.v… theo giá thỏa thuận. Tôi hiểu ngầm ngay là, nếu mình nhờ họ các công việc nầy thì sẽ dễ dàng hơn là đi mướn người bên ngoài, nên tôi hỏi giá cả và quyết định giao việc cho họ và đặt cọc ngay một nữa số tiền theo giá anh Bảy vừa nêu ra chứ không cò kè thêm bớt chút nào. Sau đó, tôi có đưa thêm 1 số tiền độ 10% giá vừa thỏa thuận gọi là tiền bồi dưỡng nói là cho anh em uống nước thì anh Bảy rất vui vẻ, tử tế và thân thiện với tôi rất nhiều (*thời buổi đó, chữ "bồi dưỡng" có nghĩa như tiền "pour boire" hay tiền típ, hay bôi trơn gì đó mà nếu không có là công việc khó trôi chảy*). Anh Bảy hẹn tôi sau một tuần đến xem 3 huyệt kim tĩnh mới xây và trả một nữa tiền còn lại. Tất cả đều thỏa thuận qua lời nói, không văn bản hợp đồng (contract) mà cũng không có giấy tờ biên nhận nào hết. Đó là cách làm việc của người Hoa trong Chợ Lớn do tin cậy lẫn nhau, còn di lưu lại thời kỳ nầy, nhưng không hiểu sao tôi lại vô tình làm đúng như vậy, không cân nhắt tính toán gì trước đó mà mọi việc lại suông sẻ trôi chảy và không hề có sự sai sót nào chiếu theo giao ước bằng lời nói.

Về nhà tôi tường thuật cho nhạc phụ tôi nghe thì Ôn nói: *"vậy là tốt lắm rồi"*.

Có nơi chôn cất chắc chắn rồi, ngày hôm sau tôi đi một mình thẳng đến Công Ty Vệ Sinh Thành Phố (Sài Gòn) để lo việc phu bốc mộ trong nghĩa trang MĐC, khâm liệm qua quang tài mới và xe tang di chuyển quang tài xuống Lái Thiêu. Công ty (thật ra là cơ quan của chính quyền) nầy chỉ có 1 quang tài tốt nhất bằng gỗ huỳnh đàng vào thời buổi hàng hóa vô cùng khan hiếm & dân tình đói khát đó (năm 1983). Tôi yêu cầu đóng thêm gấp 2 quang tài y hệt như vậy và họ chấp thuận ngay với giá cắt cổ (lý do họ nói là gỗ tốt bấy giờ khó kiếm vì phải chở ra miền Bắc, nhưng họ sẽ mua giá chợ đen để làm cho kịp). Tôi yêu cầu gắn 1 cây Thánh Giá trên đầu mỗi một quang tài thì người quản lý ngần ngừ có vẻ không chịu nhận. Tôi biết là họ rất cực đoan trong vấn đề kỳ thị người Công Giáo, nên ôn tồn giải thích là giá cả thỏa thuận thì xin các ông làm theo yêu cầu đặt hàng và tôi chịu trách nhiệm mà. Người trưởng toán thợ mộc vẫn ngần ngừ không dám nhận lời, nên chạy vào bên trong một lát có lẽ là để xin ý kiến cấp trên gì đó? Sau 15 phút thì người nầy trở ra vui vẻ đồng ý. Sau đó tôi thuê luôn 3 xe tang chở quang tài, một toán phu đào mộ, bốc mộ và khâm liệm do cơ quan nầy cung cấp. Tất cả đều được tôi yêu cầu sẵn sàng cho ngày dời mộ 28/07/1983 và họ nói với tôi là **họ biết rõ vụ nầy** và sẵn sàng đúng 6 giờ sáng ngày hôm đó và còn nói thêm là sẽ xong hết mọi việc trước 10 giờ sáng để di chuyển quang tài ra khỏi nghĩa trang MĐC trước 12 giờ trưa theo chỉ thị mà họ đã được thông báo nội bộ.

Ra về tôi ghé lại nghĩa trang MĐC thong thả đi vào xem lại hai ngôi mộ để ôn lại vị trí và xem lại chỗ cất giữ quang tài bà cụ Cố. Quả thật đúng như lời Cha Thí nói, hôm nay tôi lại tận mắt chứng kiến hai bó hoa nhỏ còn tươi của ai đó đặt trên 2 tấm đan xi-măng của 2 ngôi mộ. Thật vô cùng cảm khái cho tình người thầm lặng và vô danh. Khi trở ra quán nước trước khu trại làm văn phòng quản lý việc dời mộ trong nghĩa trang, tôi mướn được 1 người thợ chụp hình đen trắng chịu điều kiện là chụp hình xong là giao toàn bộ phim lại cho tôi vào ngày hôm sau 29/07/1983.

Về đến nhà, tôi chợt nghĩ đến vấn đề vải liệm cho 3 quang tài nên hôm sau tôi đến nhà dòng DCCT gặp Cha Thí và đề nghị với Ngài là tôi sẽ mua vải màu vàng liệm TT và bà cụ Cố, vải màu đỏ liệm ông cố vấn Nhu. Cha Thí hỏi tại sao lại chọn màu như ậy, tôi giải thích ý riêng của tôi cho Ngài nghe là "bậc đế vương dùng màu vàng, bậc đại thần dùng màu đỏ" và Cha Thí tán thành ngay.

Trên đường đạp xe đạp về nhà, tôi lang man nghĩ đến việc làm sao xây cất các ngôi mộ sau khi di dời và an táng, vì từ trước đến giờ tôi chưa hề biết công việc nầy làm ra sao. Miên man suy nghĩ lung tung mà thành ra cứ đạp xe đạp lạc qua đường Nguyễn Tri Phương nối dài (Quận 10 – Sài Gòn), nên phải đi theo đường nầy về nhà. Không ngờ, nhờ đi lạc lối mà tôi chợt nhìn thấy mô hình một cái mã xi-măng tô đá mài màu xám nhạt dựng bên lề đường và bên cạnh có một em bé độ 16 tuổi đứng canh (phía bên bờ rào một doanh trại quân đội bỏ hoang). Tôi ngừng lại ngắm mô hình khá đẹp nầy thì em bé chạy lại nắm ghi đông xe nói: *"Chú ơi,* anh của em là Huỳnh Mạnh chuyên môn xây mồ mã cả chục năm nay, chú xem cái mã nầy có đẹp không, chắc chắn lắm đó chú". Em bé nói huyên thuyên liến thoắng cố chào mời tôi đến mướn anh nó xây mộ. Tôi hỏi địa chỉ anh nó ở đâu để tôi đi gặp ngay bây giờ thì chú bé vui mừng chỉ ngay về hướng Trường đua Phú Thọ gần cư xá Lữ Gia. Đến nơi, may mắn là anh Huỳnh Mạnh đang ở nhà và đang làm việc với vài người thợ hồ trước khu đất trống sát nhà anh trong con hẻm thật lớn. Anh nầy người Quảng Nam vào Sài Gòn sinh sống bằng nghề xây mồ mã gia truyền nên anh nói cho tôi nghe là người miền Trung thường dựng bia vào ngày mở cửa mã (ngày thứ 3 tính từ ngày an táng) theo phong tục xưa nay. Sau khi nghe anh nói chuyện về cách thực hiện việc xây cất sao cho hợp tình hợp lý, tôi bằng lòng giao cho anh việc thầu xây cất 3 ngôi mộ và ấn định việc dựng bia vào ngày 30/07/1983 (ngày thứ 3 tính từ ngày dời mộ xuống an táng tại Lái Thiêu). Bây giờ nhà thầu xây cất Huỳnh Mạnh mới hỏi tôi tên họ để khắc vào bia đá cẩm thạch. Tôi lúng túng chưa biết nói sao, vì không dám tiết lộ sự việc, nên hẹn anh Mạnh ngày mai đến đặt tiền cọc sẽ cho biết cách khắc 3 tấm bia ra sao. Trên đường đạp xe về nhà, tôi suy nghĩ mãi về việc khắc hai tấm bia đá cẩm thạch cho Tổng Thống và ông Cố vấn Ngô Đình Nhu trong hoàn cãnh khắc nghiệt đầy lo sợ và truy bức nhân sự của Đệ I VNCH thời bấy giờ. May thay, khi hỏi ý kiến nhạc phụ tôi thì Ôn đã chỉ cách cho tôi làm theo, Ôn nói: *"Tên Thánh của TT là Gioan Baotixita thì để thêm một chữ **HUYNH** vào là đủ, còn tên Thánh của cậu Nhu là Giacôbê thì để thêm một chữ **ĐỆ** vào để làm dấu tích cho ngày sau là êm thấm cả"*. Hồi còn nhỏ, nhạc phụ tôi có học chữ Nho. Tôi mừng quá vì biết là nhạc phụ tôi đã suy nghĩ chu đáo, an táng ông **HUYNH** và ông **ĐỆ** nằm cạnh hai bên mộ bà cụ cố **LUXIA PHẠM THỊ THÂN** thì rõ ràng minh bạch ai là ai cho con cháu sau nầy nhận ra dấu tích. Tôi vội vàng ghi chép vào một tờ giấy nhỏ và trở lại nhà anh Huỳnh Mạnh đặt tiền cọc 2 phần 3 giá tiền thầu xây 3 ngôi mộ và chỉ dẫn cho anh Mạnh khắc 3 tấm bia đá cẩm thạch: bia của bà cụ Cố và ông cố vấn Ngô Đình Nhu khắc cây thánh giá ở trên tên, còn bia của TT tôi phát họa hai khóm trúc rũ bóng bên dòng nước (sông Hương) bên trên tên và ngày tuần quốc, vì nghe nói hồi sinh tiền TT đã chọn khóm trúc làm biểu tượng trên khuôn dấu. Nhà thầu Huỳnh Mạnh hẹn tôi 1 tuần sau đến xem mọi việc hoàn thành ra sao.

(*Nhà thầu hoàn toàn không được cho biết gì về 3 ngôi một mà họ nhận lãnh xây cất và họ cũng không tò mò muốn biết, nhưng khi gần hoàn tất việc xây cất một sự tình cờ xãy ra đột ngột làm cho anh Huỳnh Mạnh biết được sự việc – hiện nay anh Huỳnh Mạnh vẫn còn sống tại Sài Gòn*).

Tôi yêu cầu anh Huỳnh Mạnh dùng nhủ vàng óng ánh (loại sơn có pha đồng lọc của Pháp) để kẻ trên bia cẩm thạch sau khi khắc hình và chữ. Anh Mạnh than là thời buổi bao cấp khắc nghiệt như thế nầy thì vật liệu tốt kiếm đâu ra cho đủ đây. Tôi hứa với anh là nếu việc bao thầu nầy bị lỗ, tôi sẽ bù đắp nên anh ta yên tâm. Một tuần sau, tôi đưa nhạc phụ tôi và Cha Thí đến nhà thầu Huỳnh Mạnh để xem các tấm bia cẩm thạch (marble) sau đây:

Hình chụp 2 tấm bia đá cẩm thạch khắc cho ngôi mộ bà cụ Cố Luxia Phạm Thị Thân và bào đệ Ngô Đình Nhu.

Cha Thí và nhạc phụ tôi rất hài lòng khi nghe tôi cắt nghĩa về ý nghĩa các tấm bia cẩm thạch nầy.

Hình chụp tấm bia trên mộ TT vào tháng Bảy năm 1983 tại cơ sở làm ăn của nhà thầu Huỳnh Mạnh – Sài Gòn. Trong cái Logo có hình giòng sông Hương thấp thoáng giữa hai khóm trúc, bên tay trái khóm trúc cao to đứng sát bên bờ Hương Giang và khóm trúc nhỏ trông như thấp thoáng xa xa trên núi Ngự Bình.

DỜI MỘ VÀ AN TÁNG:

Còn một tuần là đến ngày dời mộ thì có tin đồn rầm rì bên ngoài là ngày 28/07/1983 thì thân nhân gia đình TT NĐD sẽ đến nghĩa trang MĐC để dời mộ TT về Lái Thiêu, mặc dù công việc chuẩn bị nói trên hoàn toàn được giữ kín trong gia đình nhạc phụ tôi. Nhà thầu xây cất cũng không được biết, vì vậy chỉ có thể là những nhân công của Công Ty Vệ Sinh Thành Phố và Ban Quản Lý nghĩa trang Lái Thiêu tiết lộ tin nầy ra công chúng. Nhà tôi và tôi rất lo lắng vì không biết chuyện gì sẽ xãy ra vào ngày 28/07/1983 nếu có đông người hiếu kỳ hoặc ngưỡng mộ TT kéo tới xem dời mộ hoặc tiễn đưa linh cửu TT.

Bỗng nhiên ngày 24/07/1983, Cha Thí đến gặp tôi và cho biết là chiều hôm qua có ông Thầy Sáu người Bắc di cư, của một họ đạo ở đường Trương Minh Giảng đến gặp Ngài hỏi xem có phải là ngày 28/07/1983 là ngày dời mộ TT về Lái Thiêu hay không? Cha Thí thật thà cho ông ta biết là đúng thì ông ta nói với Cha Thí là ông ta và ông Nguyễn Bá Tín là cựu dân biểu Đệ I Cộng Hòa (đơn vị tỉnh Bình Định) muốn tổ chức cho người Bắc di cư ở Xóm Mới, lên biểu tình trước nghĩa trang MĐC để ghi nhớ công ơn Ngô Tổng Thống. Tôi nghe Cha Thí nói mà như nghe tiếng sét đánh bên tai, hồn vía như bay đâu mất và hoảng sợ vô cùng nên vội vàng xin Cha Thí khẩn thiết đi gặp ông ta gấp và bảo cho ông ta dẹp ngay cái ý định điên rồ đó đi. Sáng hôm sau, Cha Thí đến tin cho tôi biết là Ngài đã đến nhà ông ta sáng nay bên khu Trương Minh Giảng mới hay tin là ông ta đã vượt biên tối qua. Tôi thở phào nhẹ nhõm như trút được gánh nặng ngàn cân do một bọn người ngu xuẩn chính trị chính em gì đó muốn tạo ra để ăn có vào sự việc, và nói ngay là *"tạ ơn trời đất thánh thần thiên địa …"*. Cha Thí tức cười quá mới hỏi tôi là tại sao từ ngày bắt tay vào công việc dời mộ đến nay thì đây là lần đầu Ngài mới thấy tôi sợ hãi và hoảng hốt dữ dội như vậy. Tôi thưa với

Ngài là từ sáng hôm qua đến hôm nay khi nghe Cha nói cho biết ý đồ của ông Thầy Sáu đó và cái ông Nguyễn Bá Tín nào đó (lần đầu tiên tôi nghe tên ông nầy) thì vợ chồng tôi vừa lo sợ vừa như ngồi trên đống lửa. Cha Thí vừa an ủi tôi vừa nghe tôi giải thích là, nếu hai ông đó kéo chừng vài chục người tới biểu tình vào ngày dời mộ, dầu với mục đích gì đi nữa, thì công an họ cũng sẽ xả súng bắn ngay, máu sẽ đổ, chị Lý và tôi sẽ bị bắt giam ngay. Còn việc dời mộ sẽ bị chính quyền huỷ bỏ và cuối cùng thì họ sẽ đem đốt tất cả di hài bà cụ Cố và hai Cậu, đổ tro xuống chôn chung nơi cái huyệt tập thể mà Cha Thí và tôi đã thấy khi đi Lái Thiêu chọn đất an táng. Nghe tôi giải thích Cha Thí nói: *"Ờ, nghiêm trọng quá, vậy mà tôi không ngờ đến, may quá bây giờ Chúa giúp chúng ta nên đã khiến cho ông Thầy Sáu đó đi mất rồi"*. Phải nói thật, Cha Thí là một vị linh mục hiền lành, đạo đức và chân thật như đếm, lại là tu sĩ nên đâu ngờ những thủ đoạn xấu xa ngoài đời như âm mưu hèn hạ bất chấp đạo lý "**nghĩa tử là nghĩa tận**" của cái ông Thầy Sáu và ông cựu dân biểu Nguyễn Bá Tín nào đó. May là ơn trên đã dẹp yên. Tuy là mối đe dọa biểu tình xuẩn động đó không còn nhưng suốt từ hôm 25 đến khi xong việc hôm 28/07/1983 đó, tôi và nhà tôi vẫn phập phồng lo sợ không biết có còn gì bất an xảy ra nữa hay không.

Yên được một việc, tôi và Cha Thí bàn nhau là vào sáng ngày 28/07/1983, khi tôi ở trong nghĩa trang MĐC lo dời mộ thì Ngài thẳng xuống Lái Thiêu sẵn sàng chờ 3 xe tang xuống đến nơi thì Ngài lo việc nghi lễ Công Giáo âm thầm cho bà cụ Cố, cố TT Ngô và bào đệ. Sáng ngày 27/07/1983, cậu Phạm Văn Hanh từ Nha Trang vào ghé thăm nhạc mẫu tôi, nên tôi có dịp mời cậu tháp tùng cùng tôi vào nghĩa trang MĐC vào ngày dời mộ hôm sau. Vào buổi chiều, Soeur Trương Thị Lý từ Huế vào đến gặp tôi để nghe tôi lược thuật tất cả mọi việc đã chuẩn bị từ lúc khởi đầu đến ngày hôm nay. Chị Lý nói với tôi là Chị liên lạc thường xuyên với Cha Thí nên đã biết mọi diễn tiến và yên tâm chờ gần đến ngày dời mộ mới vào tham dự. Đây là lần đầu tiên tôi gặp Chị Lý, một bà Soeur nói chuyện có vẻ trí thức và hiểu biết khá nhiều nên tôi đoán chừng Chị Lý có học thức đàng hoàng. Chị còn cho tôi biết là soeur Trương Thị Tá (chị ruột soeur Lý) từ Long Khánh cũng đã vào đến nơi và hai chị em cư ngụ tại nhà dòng Mến Thánh Giá Chí Hòa –Sài Gòn do bà Kinh làm Mẹ Bề Trên. Tôi và Chị Lý rất vui là có cậu Hanh chịu đi để có sự hiện diện của một người đại diện cho phía ngoại của TT NĐD, tức là phía nội của bà cụ Cố Luxia Phạm Thị Thân (bà ngoại của chị Lý và chị Tá). Tính luôn cả nhạc mẫu tôi, chị Lý, chị Tá và cậu Hanh là 4 người sáng mai sẽ đi vào nghĩa trang MĐC thì còn dư một chỗ vì nhà cầm quyền cho phép 5 người thân nhân được đi với tôi, vì vậy còn thiếu một người mà tôi chưa biết chọn ai. Vì tôi chủ trương chỉ chọn những ai trực tiếp liên quan đến sự việc và dám

công khai đi với tôi. May quá, đến chiều tối, Cha Thí gởi một người thân của Cha là cựu đại uý Bằng, tuỳ viên của cố TT Ngô đến gặp nhạc phụ tôi để xin theo vào nghĩa trang MĐC đưa linh cửu cố TT về an táng tại Lái Thiêu (đại uý Bằng là con nuôi của ông Ngô Đình Khôi - anh cả của TT). Nhạc phụ tôi nói với tôi là tuỳ theo tôi quyết định sao cũng được vì số người được đi theo chỉ có 5 người. Vậy là có một sự sắp xếp thiêng liêng nào đó khiến cho đ/u Bằng đến xin kịp lúc vào phút chót. Thấy rõ nghĩa tình đáng quý của viên cựu đại uý trên 60 tuổi nầy, tôi rất cảm động nên thân mật đồng ý ngay và dặn dò: *"Xin Chú đến cổng chính MĐC trước 6 giờ sáng mai và chờ cháu ở đó để 6 người chúng ta cùng vào một lúc".*
Sáng sớm ngày 28/07/1983, nhạc mẫu tôi mang theo phần cơm trưa cho tôi và một gói tiền CSVN, đi xe xích-lô cùng tôi đến MĐC trước 6 giờ sáng thì các cổng nghĩa trang đóng kín bên trong lố nhố rất đông công an và bộ đội du kích bố trí gần các

cổng ra vào. Bên ngoài thì khúc đường MĐC trước nghĩa trang bị công an cô lập không có xe nào vào được, chỉ có vài người đi bộ rãi rác băng qua. Không khí thật là nghiêm ngặt và cẩn mật. Tôi đến cổng chính thì gặp Soeur Lý, Soeur Tá, chú Bằng và cậu Hanh đã chờ sẵn. Đặc biệt hôm nay Soeur Lý và Soeur Tá mặc áo dài VN màu đen chít khăn tang trắng rất nghiêm trang, chú Bằng có mang theo 1 bó nhang thơm và nến trắng. Sau khi kiểm tra đúng 6 người chúng tôi, lính gác mở cổng cho vào xong đóng lại ngay.

Khi chúng tôi đến trước khu mộ của TT thì đã có khoảng 10 công an sắc phục và vài chục công an chìm rãi rác đứng chung quanh và trên con đường chính của nghĩa trang ngay phía trước hai tấm đan đậy kim tĩnh TT và ông cố vấn Nhu, làm cho không khí rất là ngột ngạt. Vài người công an đứng phía xa xa thì đang cầm máy bộ đàm nói chuyện. Mặc dù lính bộ đội ngoài cổng có cầm súng AK, nhưng công an trong nầy thì không mang vũ khí, trừ một người công an đứng tuổi có mang súng lục kè kè bên hông (có lẻ là người chỉ huy an ninh hôm nay). Tôi nhìn thoáng qua thấy trên bình hương có cắm hoa vừa mới héo và trên hai tấm đan xi-măng có đặt 2 bó hoa nhỏ, cũng vừa mới héo sơ sơ. Người thợ chụp hình tôi mướt hôm trước cũng đã có mặt. Một toán quay phim và chụp ảnh của chính quyền chỉa máy về phía 6 người chúng tôi để ghi hình, làm cho chúng tôi hơi e ngại.

Tôi nhìn quanh cố tìm xem ông Chín Nhơn có đến không, nhưng không thấy ông. Người trưởng toán nhân công bốc mộ của Cty Vệ Sinh Thành Phố nói với tôi là mọi thứ đã đầy đủ tại đây lúc 5 giờ sáng, chỉ chờ thân nhân đến là bắt đầu thôi. Tôi nói với ông nầy là xin đợi cho tôi 5 phút để thân nhân thắp nhang khấn nguyện và nhờ chú Bằng thắp nhang trao cho Soeur Trương Thị Lý chủ lễ cầu kinh. Ngay lúc Soeur Lý hướng dẫn thân nhân khấn nguyện và cầu kinh Công Giáo cho người quá cố thì có vài ba người lạ mặt, có lẻ là công an chìm chen vào đứng cạnh và lãng vãng gần bên, như trong hình nầy:

Ở khoảng giữa hai gốc cây sứ trắng (do Cha Thí trồng ngày xưa), tính từ trái sang phải là cựu đại uý Bằng (cựu Tuỳ viên của TT), cụ bà Nguyễn Thị Ngân (chị em bạn dì ruột của TT) cầm nhang, Soeur Trương Thị Lý (cháu ngoại bà cụ Cố, gọi TT bằng cậu ruột) cầm nhang chủ lễ, Soeur Trương Thị Tá (cháu ngoại bà cụ Cố, gọi TT bằng cậu ruột) choàng khăn tang trắng và người cao nhất bên phải mặc quần áo ka-ki vàng sậm là cậu Phạm Văn Hanh (cháu gọi bà cụ Cố *bằng cô ruột, anh em cô cậu ruột với TT) đang khấn nguyện và cầu kinh. Những người còn lại đều là kẻ lạ mặt, có lẻ là chỉ điểm viên của công an hay công an chìm.* **Ảng chụp lúc 6:30 sáng ngày 28/07/1983.**

Nghi lễ vừa xong thì bất ngờ đại uý Bằng quỳ xuống đất lạy 3 lạy trước kim tĩnh của TT, xong qua phía bên kia lạy 3 lạy trước kim tĩnh ông cố vấn Nhu. Tôi đứng sững sờ nghe một cảm xúc thương tâm chạy khắp thân thể mình trước con người nặng nghĩa nặng tình như đại uý Bằng.

Sau khi đại uý Bằng lạy xong thì nhân công ùa vào bắt đầu khai mở 2 kim tĩnh. Mọi người dạt ra xa khu mộ vì mãnh vỡ xi-măng văng khắp nơi, chỉ còn một mình tôi đứng gần để đôn đốc việc khai mộ cho nhanh chóng và kịp giờ theo yêu cầu của nhà cầm quyền là phải xong trước 12 giờ trưa. Trong hình bên dưới, một vài công an mặc thường phục vẫn kèm sát bên tôi và 5 thân nhân trong gia đình tại hiện trường:

Công nhân đang khai mở 2 nắp bê-tông của 2 kim tĩnh dưới sự giám sát chặt chẽ của những "người mặc thường phục" đứng gần bên.

Quang tài mới đã sẵn sàng trên lề đường chính bên trong MĐC trong lúc nhân công đang cố đập bể khối bê-tông của 2 tấm đan đậy trên 2 kim tĩnh.

Trong lúc toán nhân công đang đục bể hai tấm đan bê tông xi-măng để khai mở hai kim tĩnh, tôi xử dụng một chiếc xe tang đi cùng 4 người thợ hồ vào khu quàng linh cửu bà cụ cố Luxia Phạm Thị Thân mang quang tài ra đặt trên con đường chính trong MĐC sát bên chỗ kim tĩnh TT và ông cố vấn. Tôi cũng không quên mang theo tấm bản đá hoa (marble) khắc sai tên bà cụ Cố là "Luxia Phan Thị Thân" để đặt bên trên nắp quan tài mới. Trong lúc chờ đợi tôi cho toán khâm liệm mở nắp quan tài, không cho mở vải liệm mà nâng nguyên di hài bà cụ Cố đưa sang quang tài mới đã trải sẵn vải liệm màu vàng. Như vậy di hài được nằm y nguyên trong lớp vải liệm cũ 20 năm trước giờ được gói thêm bên ngoài 1 lớp vải liệm mới màu vàng để tôn kính người quá cố.

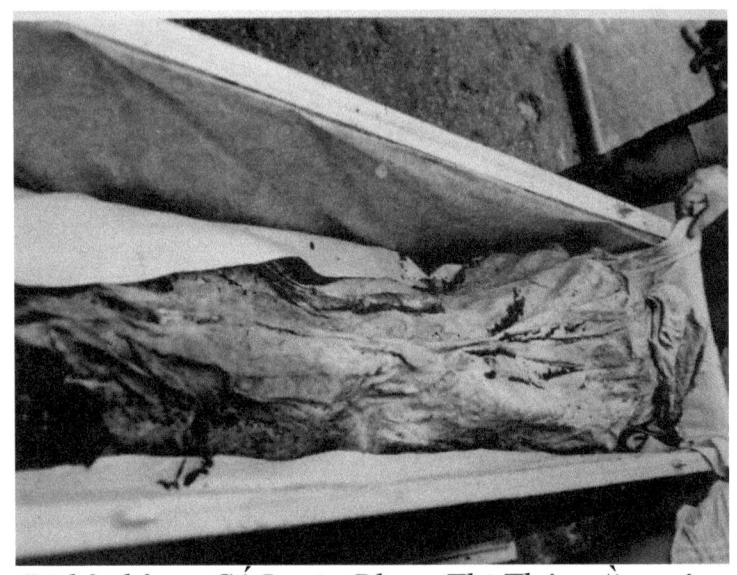

Di hài bà cụ Cố Luxia Phạm Thị Thân nằm trên lớp vải vàng đã trãi sẵn trong quang tài mới để khâm liệm trước khi đậy nắp.

Tẩn liệm bà cụ Cố, góc trên tay trái phía bên kia đường là thân nhân đang dời mộ cựu đại tướng Lê Văn Tỵ. Bên cạnh quan tài từ trái sang phải là Soeur Trương Thị Lý, cụ bà Nguyễn Thị Ngân và Soeur Trương Thị Tá.

Hai người cháu ngoại là Soeur Trương Thị Lý và Soeur Trương Thị Tá đang khấn nguyện trước linh cửu vừa mới khâm liệm bà cụ Cố Luxia Phạm Thị Thân.

Vừa xong việc tẩn liệm di hài bả cụ Cố, thì hai nắp bê-tông cũng đã được khai mở và lớp cát bên trong 2 kim tĩnh cũng đã được công nhân đào mộ lấy ra hết. Chị Lý, chị Tá, cậu Hanh và chú Bằng cùng tôi bước vào sát hai kim tĩnh trống để chứng kiến rõ ràng là kim tĩnh số 1 nằm ngoài cùng (tính từ cổng chính MĐC đi vào) đựng quang tài hình tháp Mỹ, kim tĩnh số 2 nằm phía trong thì quang tài hình hộp. Công an chìm nổi cũng ùa vào đứng sát bên thân nhân để xem hai quang tài nằm trong kim tĩnh.

Trong hình là thân nhân đứng trước hai kim tĩnh đã mở nắp, từ trái sang phải: chú Bằng đội mũ lưỡi trai màu trắng, chị Lý, chị Tá, cậu Hanh đứng sát thân cây sứ, và tôi (mũ lưỡi trai đen, đứng giữa sau lưng chú Bằng và chị Lý).Những người còn lại là công an mật vụ CSVN.

Công an vây quanh Chị Lý vá chị Tá (người công an thường phục chỉa máy quay phim cầm tay ngay trước mặt Chị Lý & Chị Tá, phía sau có một an ninh chìm đứng canh).

Bây giờ, nhân công bắt đầu cạy nắp quan tài để mang thi hài lên mặt đất, nhưng dù cố gắng hết sức họ chỉ cạy được nắp quan tài hình hộp nằm trong kim tĩnh thứ nhì để đưa thi hài nằm nguyên bên trong vãi liệm lên mặt đất theo lời yêu cầu của công an. Nắp gỗ vừa mở xong thì đến lớp trong là hòm kẽm, nên công nhân phải đục lớp kẽm mới mở xong quang tài hình hộp nầy.

Quang tài kẽm nằm bên trong quang tài gỗ. Nắp hòm kẽm bên trong vừa mở ra.

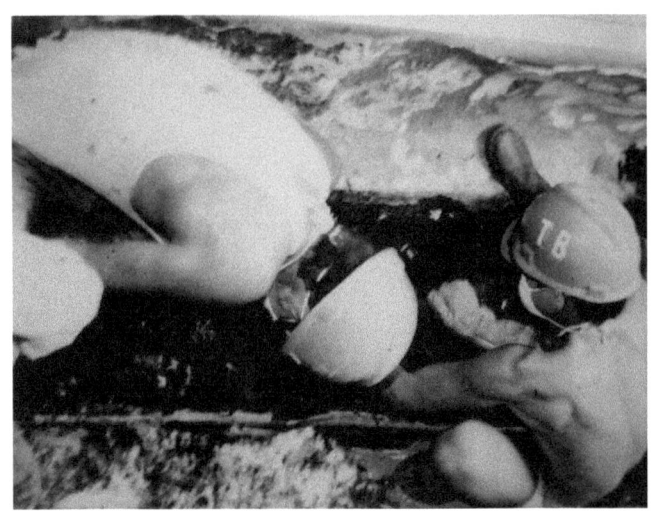

Bên trên gói vải liệm trong quang tài là trà khô màu đen.

Sau khi nhân công hốt tất cả trà khô đi, tôi yêu cầu đưa nguyên gói vải liệm có cả thi hài lên mặt đất. Vải liệm màu trắng sau 20 năm đã ngã sang màu xám đậm.

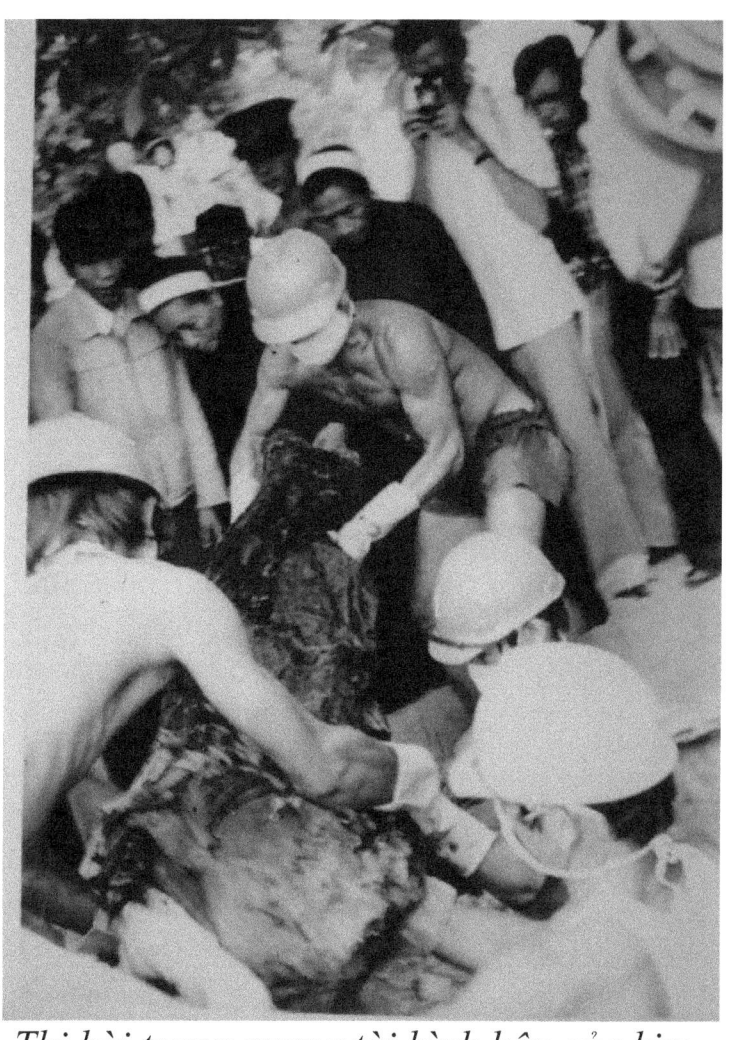

Thi hài trong quang tài hình hộp của kim tĩnh thứ hai (tính từ ngoài cổng đi vào) đang được đưa lên mặt đất.

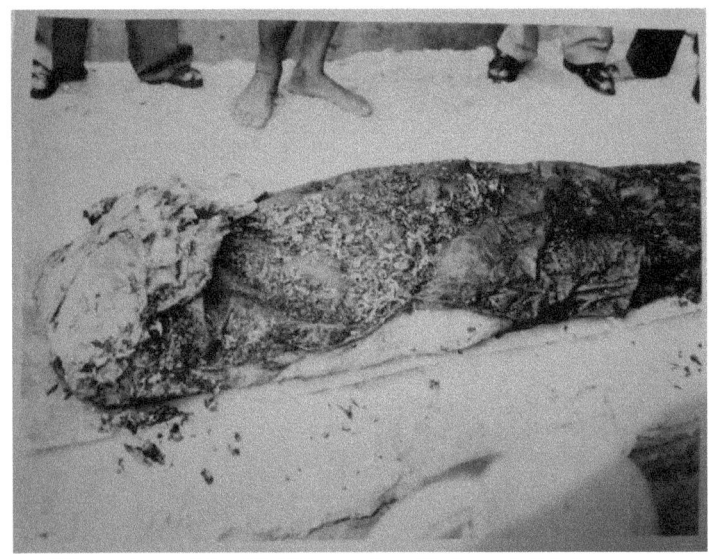

Nguyên gói vãi liệm còn dính trà khô trong quang tài thứ 2 từ ngôi kim tĩnh thứ 2 (tính từ ngoài cổng đi vào) đã được đưa lên mặt đất, đặt trên chiếu ny-lông.

Cho đến lúc nầy, tôi vẫn theo sát di hài nằm trong gói vải liệm cũ đã 20 năm qua (từ 1963), nhưng không hề nghe mùi hôi, không khí tại chỗ vẫn trong lành y nguyên như lúc chưa mở kim tĩnh. Tôi yêu cầu nhân công tẩn liệm đưa nguyên thi thể còn gói kín trong vãi liệm qua quang tài mới đã trải vải vàng sẵn sàng, nhưng ngay khi đó có lệnh của công an yêu cầu cho công nhân mở vải bọc di hài để họ ghi hình. Tôi phải tuân theo.

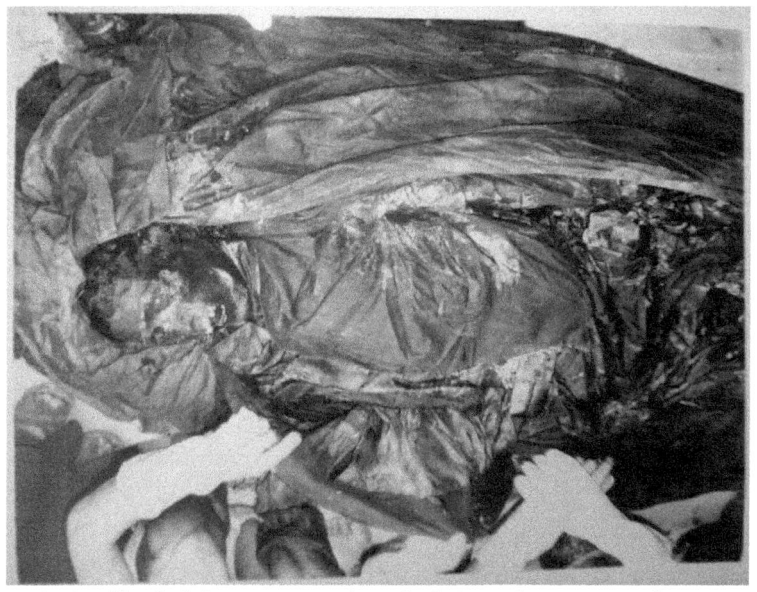

Đây là di hài trong gói vải liệm từ quang tài hình hộp chữ nhật trong kim tĩnh thứ 2 tính từ ngoài cổng đi vào. Rõ ràng là di hài vị cựu cố vấn chính trị Phủ Tổng Thống Đệ I Cộng Hoà Ngô Đình Nhu.

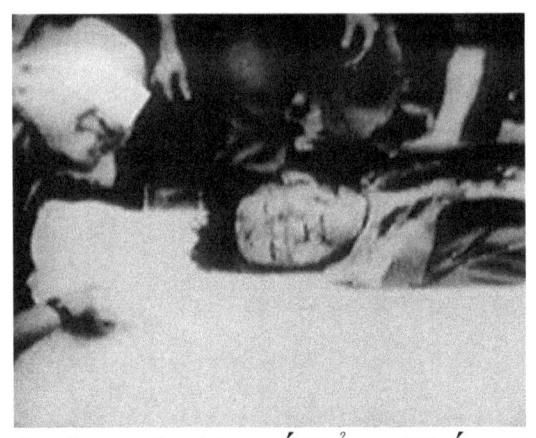

Hình chụp thi hài cố Tổng Thống Ngô Đình Diệm tại Bộ Tổng Tham Mưu Quân Lực Việt Nam Cộng Hòa, ngày 02/11/1963.

Hình chụp di hài cố TT NGÔ bị ám sát trong xe thiết giáp đậu tại Bộ Tổng Tham Mưu Quân Lực Việt Nam Cộng Hòa, ngày 02/11/1963.

Khi mở ra đến ½ thân hình thì mới thấy thi hài còn nguyên, không có mùi hôi, không mục rã chút nào, chỉ hơi teo tóp lại so với một thân hình người sống thì còn độ chừng bằng 90%, da mặt có sạm đen và quan trọng hơn hết **đây là thi hài ông Cố vấn Ngô Đình Nhu đúng theo những tấm ảnh chụp ông cố vấn Nhu đầy rẫy trên các báo và tạp chí mà dù tôi mới 16 tuổi thời đó vẫn nhớ rõ trong ký ức**, chứ không phải là thi hài của cố Tổng Thống Ngô Đình Diệm, như Cha Thí đã dặn tôi vài tuần trước đó nguyên văn: **"Tính từ hướng ngoài cổng chính của nghĩa trang Mạc Đỉnh Chi đi vào thì dưới tấm đan xi-măng đầu tiên là quang tài của cậu Nhu rồi mới đến dưới tấm đan xi-măng thứ 2 là quang tài cậu Diệm"**. Tôi sửng sốt và bàng hoàng nhưng ngậm miệng làm thinh, hiểu ngầm là Cha Thí đã nhớ lầm, nhưng tôi không dám nói gì, chỉ biết đứng nhìn công an quay phim, chụp hình và bu quanh bàn tán là tại sao thi thể còn nguyên không mục rã, không có mùi hôi thối như xác chết lâu ngày (*tôi liền biết ngay nguyên do là vì nhà đòn Tobia đã đổ đầy trà khô trong quang tài lúc khâm liệm tại nhà thương Sain Paul 20 năm trước – 1963 – nên bây giờ di hài không còn có mùi hôi thối. Xin cảm tạ nhà đòn Tobia).*

Áo veston màu xám vẫn còn nguyên màu, cà vạt đã biến màu và hơi đen, gương mặt của di hài ông Cố Vấn Ngô Đình Nhu vẫn y nguyên không có vết tích nứt nẻ hay có thương tích gì, đôi mắt nhắm nghiền, chỉ có đôi môi hơi mở ra để lộ răng màu trắng đục. Trong thời gian chờ công an quay phim, chụp hình, tôi suy tính trong đầu là liệm ông Cố Vấn Ngô Đình Nhu với quang tài trãi vải vàng hay đỏ. Trong vải đỏ thì đúng với thực tế trước mắt nhưng sai lời Cha Thí dặn.

Sau khoảng 10 phút khi công an và những người quay phim của chính quyền lui ra, tôi quyết định ngay là yêu cầu phu liệm xác gói tấm vải liệm cũ lại y nguyên như lúc còn trong quang tài cũ, xong nâng di thể nhẹ nhàng đưa qua quang tài đã trãi sẵn vải liệm màu đỏ, vì rõ ràng đây là di hài ông cố vấn Ngô Đình Nhu. Xong tôi cứ làm y lời Cha Thí đã dặn "**Tính từ hướng ngoài cổng chính của nghĩa trang Mạc Đỉnh Chi đi vào thì dưới tấm đan xi-măng đầu tiên là quang tài của cậu Nhu rồi mới đến dưới tấm đan xi-măng thứ 2 là quang tài cậu Diệm**", vì vậy tôi quyết định lấy phấn viết chữ **HUYNH** (đành phải viết sai sai vì vâng theo đúng lời Cha Thí dặn bảo) lên nắp quang tài vừa mới khâm liệm xong thi hài ông cố vấn Ngô Đình Nhu, mặc dù biết chắc chắn là Cha Thí đã nhầm lẫn ngôi mộ nọ sang ngôi mộ kia, sau hơn 20 năm tang thương dâu bể.

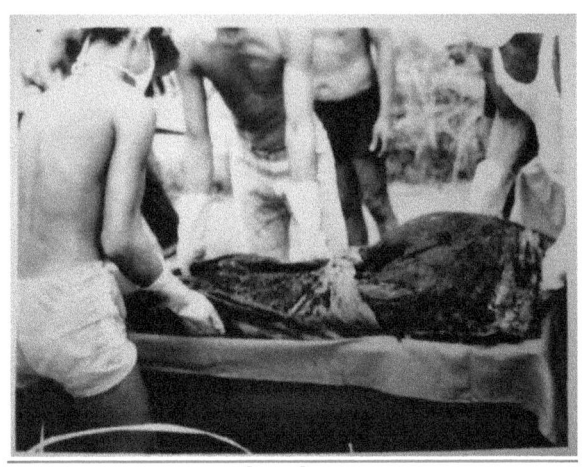

Đưa di hài ông cố vấn bọc trong vải liệm cũ đang được khâm liệm vào quang tài mới đã trãi sẵn vải liệm màu đỏ.

Công nhân Công Ty Vệ Sinh Thành Phố đang khâm liệm di hài ông cố vấn Ngô Đình Nhu.

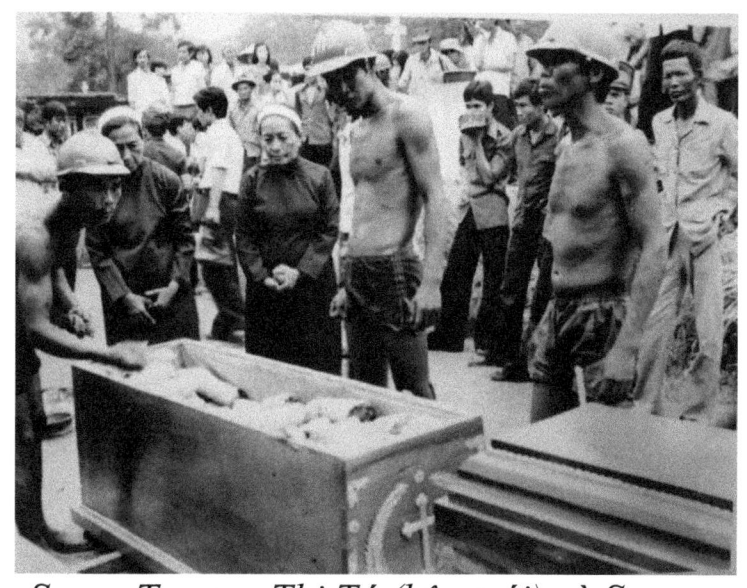

Soeur Trương Thị Tá (bên trái) và Soeur Trương Thị Lý bên quang tài mới đang khâm liệm di thể ông cố vấn Ngô Đình Nhu. Phần trên của bức hình ở phía xa là thân nhân dời mộ cố đại tướng Lê Văn Tỵ nhìn qua xem thử phía nầy ra sao.

Xong việc tẩn liệm ông Cố vấn Nhu tôi quay lại xem phu đào mộ đã mở được quan tài kia hay chưa thì mới hay là họ đã mang nguyên quang tài ra khỏi kim tĩnh thứ nhất (tính từ ngoài cổng đi vào), đưa lên mặt đất đặt bên cạnh chiếc xe tang đang chờ sẵn trong khu vực nầy, vì họ không thể mở nắp trong kim tĩnh chật hẹp. Quang tài cũ nầy có hình tháp, dưới nhỏ, trên nắp to và hoàn toàn khác với quang tài có hình hộp chữ nhật vuông vức chứa thi thể ông cố vấn Ngô Đình Nhu vừa rồi.

Mấy người công nhân xầm xì bên tai tôi là quang tài nầy quá tốt mở ra rất gay go thì tại sao không mang nguyên vẹn đi chôn cho khỏe. Tôi nói với họ là mình muốn vậy, nhưng không được phép làm như vậy, thôi chịu khó cạy nắp giùm để mang di hài khâm liệm lại trong quang tài mới.

Nhờ chứng kiến di hài ông Cố Vấn mới được tẩn liệm xong vừa rồi, nên Đ/U Bằng biết ngay là bây giờ đến lược mở quang tài TT NGÔ, vì thế nên đại úy thắp nhang và trao cho nhạc mẫu tôi, chị Lý, chị Tá và cậu Hanh khấn nguyện cho TT Ngô Đình Diệm ngay phía trước quang tài kiểu Mỹ nầy.

Bên cạnh xe tang và quan tài VN của cố TT NĐD hình tháp, từ trái sang phải: Cụ bà Nguyễn Thị Ngân (chị em bạn dì ruột của TT – vai chị), đại uý Bằng (cựu tuỳ viên của TT trong suốt 9 năm), ông Phạm Văn Hanh (anh em cô cậu ruột của TT), Soeur Trương Thị Lý (cháu gọi TT bằng cậu ruột) và "một người lạ mặt nào đó đứng canh chừng thân nhân trong gia đình TT NĐD".

Hình chụp quang tài Mỹ tại TTM – Tháng 11/1963 & Hình chụp tại nghĩa trang MĐC – 28/07/1983

Ở đây cần có sự so sánh để thấy quang tài hình tháp khâm liệm thi thể cố TT NĐD sau 20 năm chôn tại nghĩa trang MĐC vẫn còn nguyên vẹn vào ngày dời mộ 28/07/1983.

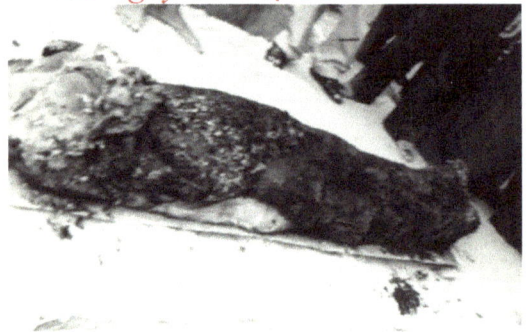

Đây là gói vải liệm thi hài vừa đưa ra khỏi quang tài đào lên từ kim tĩnh thứ nhất (tính từ cổng đi vào). Rồi đặt nằm trên tấm chiếu ny-lông trải trên mặt đất. Tấm vải liệm màu trắng đã ngã màu xám sau 20 năm nằm trong quang tài.

Mất gần một tiếng đồng hồ, công nhân khâm liệm mới mở được nắp gỗ, cưa được nắp quan tài kẽm bên trong quan tài Mỹ nầy để đưa nguyên gói vải liệm thi thể ra ngoài, đặt nằm trên tấm chiếu ny-lông trắng trên mặt đất của hình chụp ngay bên trên.

Công an chìm nổi đang đứng bao vây chung quanh Soeur Trương Thị Lý (trái) & Soeur Trương Thị Tá (phải) trước di thể cố TT NĐD vừa được đưa ra khỏi quang tài cũ.

Bây giờ, tôi phải làm theo lịnh công an CSVN là cho công nhân khâm liệm mở vải bọc thi thể để họ xem xét, quay phim và chụp hình. Phải mở đến 3 lần vải liệm mới thấy được di hài: vừa mở ra là tôi thấy ngay gương mặt cố **TT Ngô Đình Diệm** mà hình ảnh đã in sâu trong tâm trí những người dân miền Nam Việt Nam như tôi. Gương mặt TT hơi tóp lại còn chừng 90% so với hình ảnh mọi người đã thấy trên báo chí trước năm 1975. Quỳ sát bên cạnh di hài vẫn không nghe mùi hôi và quan sát kỹ sẽ thấy xương sọ ở thuỳ trán nứt làm đôi thành một lằn vòng ngang dưới chân tóc độ 2,5 cm, dài chừng 1 tấc, làm cho phần xương trán hình bán cầu phía trên lồi ra chừng 3 mm và không úp khớp kín với phần xương trán của bán cầu phía dưới đường nứt. *Điều nầy chứng tỏ đó là vết thương do viên đạn của tên sát nhân bắn từ phía sau đầu của TT xuyên qua não bộ, thoát ra trước trán.* Lúc nầy thì những người đang dời mộ cố đại tướng Lê Văn Tỵ ở bên kia con đường chính trong nghĩa trang đều bu qua bên nầy để chen nhau xem di hài của cố Tổng Thống NĐD.

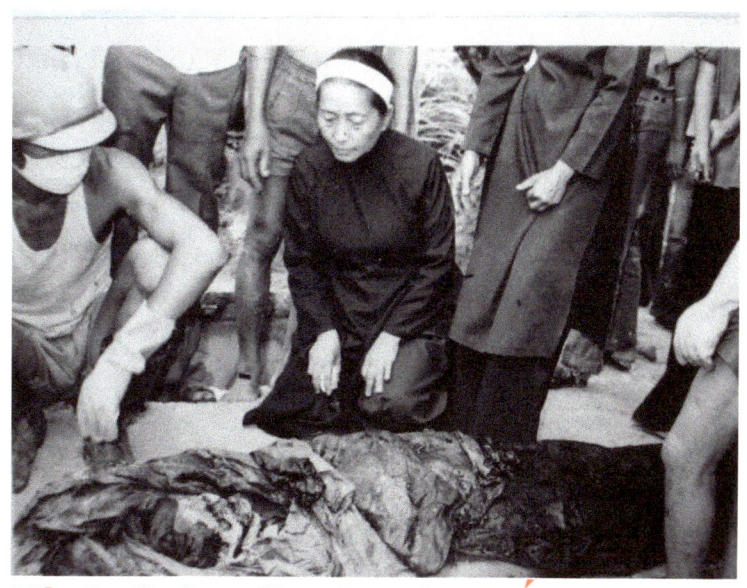

Hình ảnh gói vải liệm cố TT Ngô Đình Diệm đã được đưa từ quan tài Mỹ hình tháp ra tấm chiếu trải trên mặc đất nghĩa trang Mạc Đỉnh Chi Sài Gòn lúc 10 giờ sáng ngày 28/07/198. Hình nầy cho thấy gò má trên gương mặt cố TT Ngô Đình Diệm tóp lại khoảng 10% như một

xác ướp thời trung cổ. Ngoài rat thi thể vẫn y nguyên không bị mục rã hay bay mùi hôi. Đặc biệt hình nầy ghi lại vết thương làm nứt thùy trán trên đầu cố TT Ngô Đình Diệm đã là vết thương chí mạng.

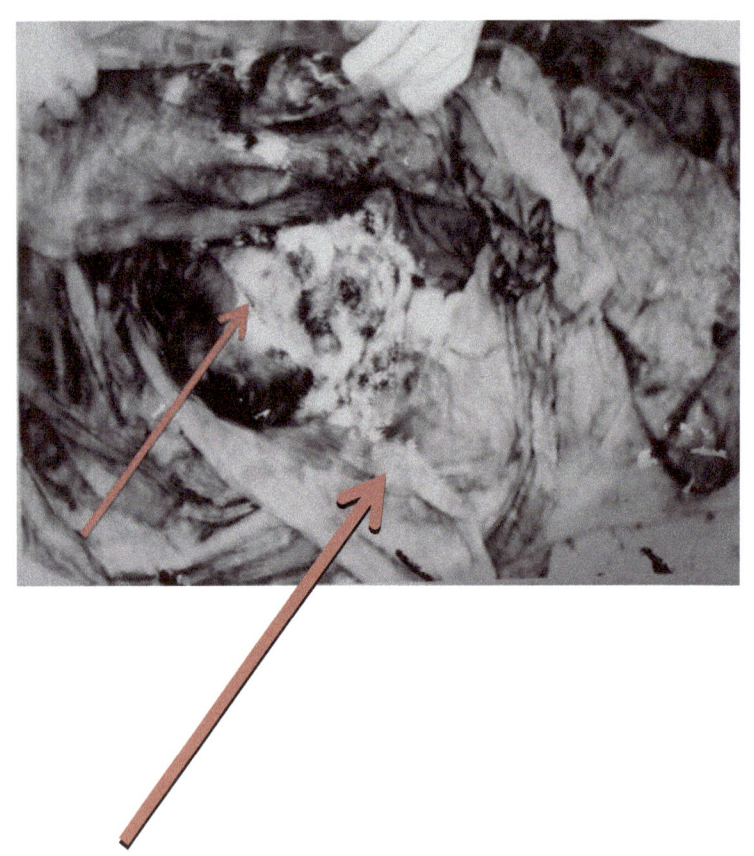

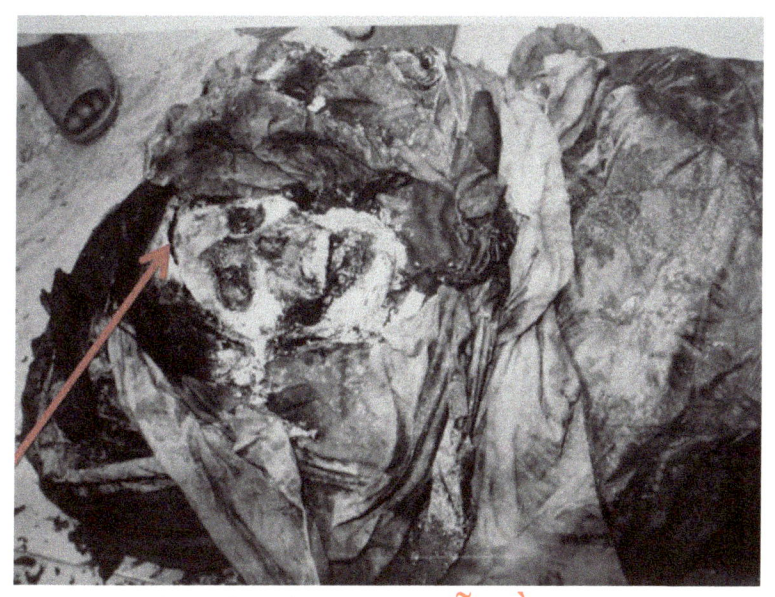

Trong hai hình trên chỗ đầu mũi tên là nơi xương sọ thùy trán nứt làm hai.

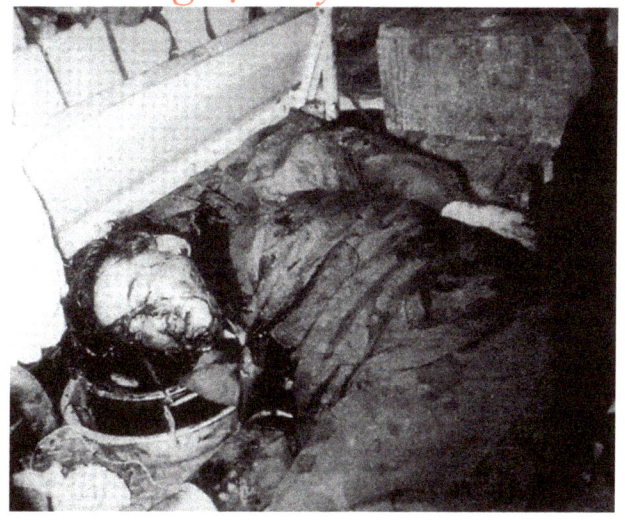

Hình ảnh ngay bên trên là thi hài cố TT Ngô Đình Diệm chụp bên trong xe thiết vận xa M113 được lưu trữ tại Tổng Nha Cãnh Sát – đường Cộng Hòa Sài Gòn, vào ngày 02/11/1963 chứng tỏ cố TT Ngô Đình Diệm bị trói và bắn chết từ trong Tổng Nha CSQG. So sánh với 2 hình chụp di thể của TT bên trên để thấy vết thương nơi đầu.

Tôi chờ cho công an chụp hình quay phim xong là hối công nhân gói các tấm vải liệm cũ che kín thi thể và đưa vào quang tài mới đã trãi sẵn vải màu vàng (*may mắn là người thợ chụp ảnh do tôi mướn đã nhanh tay chụp được 2 tấm hình quan trọng nêu rõ vết thương chí mạng đã kết liễu sinh mạng của cố TT NĐD, in bên trên*).

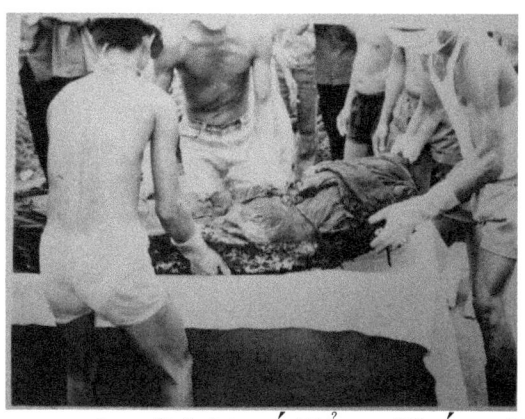

Đưa nguyên di hài cố Tổng Thống NĐD bọc kín trong vải liệm cũ vào quang tài mới đã trãi sẵn vài liệm mới màu vàng để bọc bên ngoài.

Khâm liệm TT Ngô Đình Diệm (người bên phía dời mộ cố đại tướng Lê Văn Ty chạy sang xem đứng lẫn lộn với công an chìm góc trên bên tay phải.)

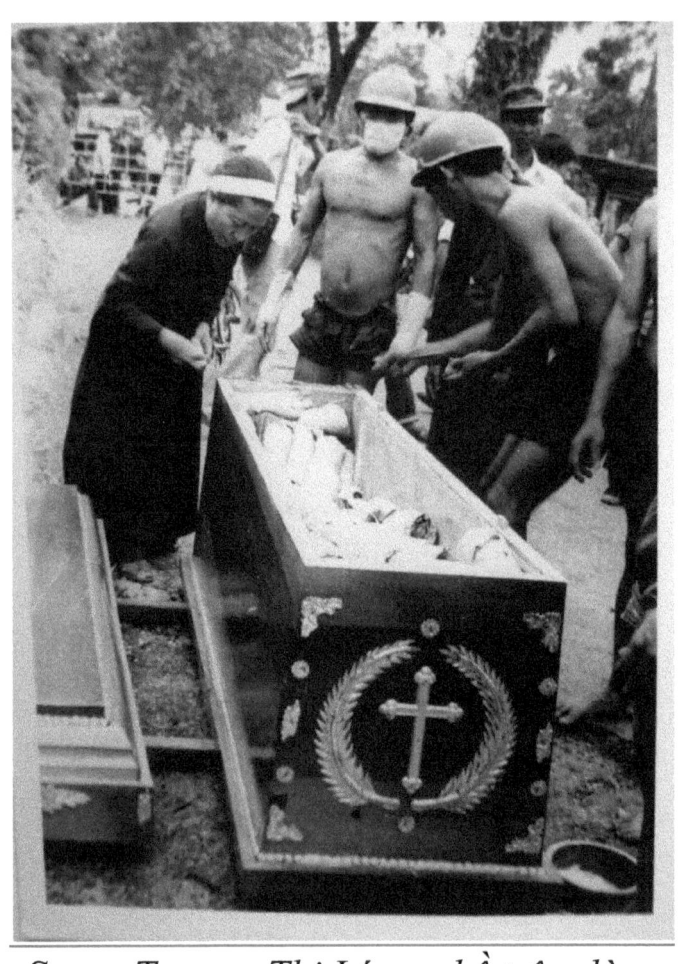

Soeur Trương Thị Lý, mẹ bề trên dòng Mến Thánh Giá – Phủ Cam Huế, cháu gọi cố TT NĐD bằng cậu ruột đang kiểm tra lần chót trước khi đóng nắp quan tài cố Tổng Thống NĐD.

Hoàn tất việc khâm liệm cố TT Ngô Đình Diệm (lưu ý người công an chìm mang kiếng đen đứng sát bên chị Lý).

Khâm liệm TT vừa xong và đóng xong nắp quang tài mới thì chú Bằng thắp nhang trao cho thân nhân một lần nữa đứng khấn nguyện trước quang tài và đọc kinh Công Giáo trước khi cử hành nghi thức di quang.

Thân nhân khấn nguyện để chuẩn bị di quang. Ở phần trên và phía sau thân nhân là công an mật vụ CSVN và những người thân nhân đời mộ cố đại tướng Lê Văn Tỵ chạy qua phía nầy để xem vì tò mò.

*Việc khâm liệm hoàn tất ngoài trời và đang chuẩn bị đi quang đi Lái Thiêu. Bốn người có **mũi tên đỏ** đánh dấu là công an mật vụ CSVN mặc thường phục.*

Xem đồng hồ đã gần 11 giờ sáng, tôi ngẫm nghĩ vài phút quyết định làm đúng theo lời Cha Thí đã dặn là "<u>Tính từ hướng ngoài cổng chính của nghĩa trang Mạc Đỉnh Chi đi vào thì dưới tấm đan xi-măng đầu tiên là quang tài của cậu Nhu rồi mới đến dưới tấm đan xi-măng thứ 2 là quang tài cậu Diệm</u>", nghĩa là là cứ ghi phấn trắng vào quang tài

mới liệm xong di hài từ kim tĩnh số 1 chữ ĐỆ (thực ra đây đúng là quang tài khâm liệm di hài của cố TT Ngô Đình Diệm trước mặt bao nhiêu người chứng kiến), quang tài kia ghi chữ HUYNH (đúng ra là quang tài của vị bào đệ Ngô Đình Nhu).

Trên nắp quang tài bà cụ Cố thì tôi đặt tấm đá cẩm thạch ghi sai tên là "Luxia Phan Thị Thân" lấy từ nhà quàng trong nghĩa trang MĐC. Sau đó cho công nhân chuẩn bị di quang và chia ra như sau:
- Nhạc mẫu tôi và cậu Hanh ngồi hai bên quang tài bà cụ Cố Luxia Phạm Thị Thân trong xe tang đi trước nhất.
- Chị Lý và Chị Tá ngồi hai bên quang tài ghi chữ **HUYNH** trong xe tang đi giữa
- Tôi và chú Bằng ngồi hai bên quang tài ghi chữ **ĐỆ** (<u>đúng là quang tải cố TT NĐD</u>) trong xe tang thứ 3, đi sau chót.

Công nhân đưa quang tài vào xe tang.

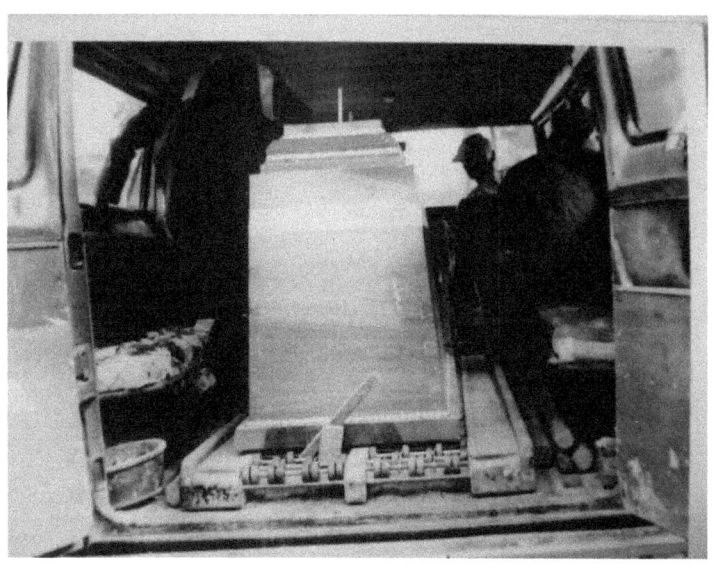

Ba xe tang di chuyển từ từ ra đến cổng chính nghĩa trang MĐC thì thấy cổng đang đóng và rất đông bộ đội mũ cối cầm súng AK đứng hai bên phía trong cổng. Lập tức, mỗi xe tang đều có hai người lính bộ đội cầm hai khẩu súng AK leo lên ngồi phía sau xe kế bên thân nhân đang ngồi hai bên quang tài. Phía ngoài cổng trên hai lề đường MĐC có khoảng hơn 400 người đứng lố nhố mà không biết là người hiếu kỳ hay âm thầm đến tiễn đưa cố Tổng Thống Ngô Đình Diệm. Một toán bộ đội hé cánh cổng song sắt bước ra ngoài xô vẹt nhóm người đứng ngay trước cổng ra hai bên cổng. Riêng có một người đàn bà Việt lai Pháp, khoảng 40 tuổi hai tay níu song sắt của cánh cổng và kêu khóc như mưa bấc, nhưng tôi không biết đó là vị thân nhân nào. Khi cổng mở ra 3 xe tang từ từ ra khỏi cổng quẹo hướng tay trái chạy theo đường Mạc Đĩnh Chi đi thẳng xuống Lái Thiêu theo hướng xa lộ Đại Hàn.

Ba xe tang chạy khá nhanh ra khỏi đường Mạc Đĩnh Chi vào đường Phan Thanh Giãn (bây giờ đã đổi tên là đường Điện Biên Phủ) đến cuối đường ở khúc Hàng Xanh thì từ từ ngừng lại cho 6 người bộ đội xuống xe. Tôi thở phào nhẹ nhõm nghĩ rằng từ đây về sau không còn bị ai canh gát trong công việc di dời nầy. Từ đây xe đi chậm theo xa lộ Đại Hàn hướng về Lái Thiêu, trên 3 xe tang chỉ còn lại 3 tài xế, 5 người thân nhân và một người cựu tuỳ viên của TT đưa quang tài đi an táng mà thôi. Thật là cảm khái cho một đám tang âm thầm vắng vẻ để đưa cố TT Ngô Đình Diệm, thân mẫu và bào đệ của Ngài đến nơi an nghỉ nghìn thu.

Khoảng một tiếng đồng hồ sau đoàn xe tang đến nghĩa trang Lái Thiêu đậu ngay cạnh khu mộ mới nằm ở phía cao nhất nghĩa trang. Cha Lê Văn Thí mặc thường phục đã chờ sẵn ở đây cùng với 5,6 người quen của Ngài mà tôi không quen biết. Tôi rời xe tang nhờ anh Bảy cho toán nhân công khiên quang tài di quang từ xe tang đến đặt bên trên các Kim Tĩnh đã gát sẵn hai cây đòn ngang. Quang tài bà cụ Cố Phạm Thị Thân đặt bên trên kim tĩnh giữa, bên trên hai kim tĩnh hai bên đặt quang tài cố TT và bào đệ.

Công nhân mai tang đang khiêng quang tài vào trước 3 kim tĩnh tại nghĩa trang Lái Thiêu để chuẩn bị cho việc ang táng chính thức.

Sau khi công nhân lùi ra xa Cha Thí và thân nhân tiến sát vào âm thầm làm lễ đơn giản ngoài trời cầu kinh cho 3 vị quá cố. Cầu nguyện xong, tôi cho toán nhân công của anh Bảy tiến lại gần và bắt đầu hạ huyệt quang tài bà cụ Cố trước nhất, kế đến là hạ huyệt quang tài ông HUYNH rồi mới đến phiên hạ huyệt quang tài ông ĐỆ. Xong lễ hạ huyệt thì mỗi thân nhân đều ném một nắm đất vào 3 kim tĩnh để bái biệt người quá cố. Xong đâu đấy tôi cho công nhân bắt đầu lấp cát đầy 3 kim tĩnh rồi chuẩn bị đúc bê tông 3 nắp đậy kim tĩnh. Bây giờ mọi người theo 3 xe tang trống trở lại Sài Gòn để về nhà, trừ chị Lý ở lại để đợi tôi cùng về sau khi xong việc an táng. Có vài ba người công an chìm mà tôi và Chị Lý thấy rõ trong nghĩa trang MĐC lúc sáng sớm, thì sau đó đã đến chờ sẵn ở đây từ lúc xe tang vừa mới đến rồi giờ đây thấy đã xong việc nên cũng lẳng lặng tản đi đâu mất. Lúc đó Chị Lý và tôi mới thở phào nhẹ nhõm và ngồi hàn huyên bên cạnh 3 ngôi kim tĩnh.

Đang sửa soạn đúc 3 tấm đan bê-tông đậy kín 3 ngôi mộ, thì trời đổ mưa lất phất, chị Lý, tôi, anh Bảy và anh Sửu chạy sang bên kia đường đứng nép mình dưới bóng bụi tre gai nhỏ để núp mưa (lúc nầy tôi mới biết anh Sửu là người đem xe Honda đến đây để rước chị Lý về Sài Gòn). Để giết thì giờ chờ đợi tạnh mưa và cũng thấy mọi việc êm thấm gần xong nên chị Lý và tôi vui vẻ luận bàn chuyện vui về ông Kha Luân Bố (Christophe Colomb, *Christopher Columbus*) – quả trứng Kha-Luân-Bố - trong tiệc mừng do vua Tây Ban Nha khoảng đãi các nhà quý tộc thời đó và chính ông Christophe sau khi tìm được Tân Thế Giới (Mỹ Châu). Cả hai chúng tôi cùng mĩm cười về câu chuyện ngộ nghĩnh nầy. Trời vẫn cứ mưa và cả 4 người vẫn đứng nói chuyện dù bị ướt hết quần áo, còn anh Bảy cứ chạy ra vào xem toán thợ làm việc dưới trời mưa lất phất. Bấy giờ chị Lý mới cho tôi biết anh Sửu là chồng của một chị nữ tu dòng Mến Thánh Giá Sài Gòn đã xuất về đời thường là chị Lành, người Huế, anh Sửu là người Nam rất thật thà và chất phác. Hôm nay anh Sửu đem xe Honda của anh xuống đây cùng lúc với Cha Thí để chở chị Lý về lại nhà Dòng sau khi xong việc. Bổng dưng tôi nãy ra ý định nhờ anh Sửu theo tôi sau nầy khi xây mộ để phòng khi có bất trắc thì tin về cho nhà tôi và Ôn Mệ tôi biết tin. Tôi nói ngay ý định với anh Sửu và chị Lý thì Chị Lý tán thành thêm: *"Anh Sửu nên giúp đi theo sát anh Sơn, để lỡ ra có gì không hay thì cũng đỡ".* Duyên may gặp anh Sửu quả là định mệnh trên trời rớt xuống cho tôi và từ đây đến ngày hoàn tất công việc không bao giờ anh Sửu rời tôi nữa bước.

Đã hơn 2 giờ chiều mà trời vẫn mưa nhẹ nên anh Bảy hơi nóng ruột và nói với tôi xin cho toán công nhân của anh đúc 3 tấm đan cho xong việc. Tôi bằng lòng và anh Bảy cho tiến hành trộn hồ bê-tông dưới mưa đúc xong 3 tấm đan trong hơn 1 giờ là xong, vì mọi thứ đã được đội mai táng của anh Bảy chuẩn bị sẵn từ sáng sớm. Xong 3 tấm đan bê-tông thì tạnh mưa và trời trong sáng trở lại. Đợi bê-tông nguội và đông cứng trở lại thì đã 5 giờ chiều, tôi tặng chút tiền bồi dưỡng cho toán công nhân của anh Bảy xong từ giả anh Bảy và các công nhân để về nhà. Lúc này anh Sửu mới nói cho tôi biết là Cha Thí hồi trưa khi ra về đã để chiếc xe Honda PC của ngài lại và dặn anh Sửu bảo tôi dùng nó để về nhà, tôi thầm cám ơn Cha Thí đã chu đáo lo phương tiện cho tôi về lại SG trong ngày. Trên đường về chạy xe Honda song song với anh Sửu (chở chị Lý phía sau), chúng tôi hàn huyên thêm nhiều chuyện và được biết thêm anh Sửu trước 1975 là Trung Sĩ trong Quân Lực VNCH đóng tại Sài Gòn, sau năm 1975 thì làm nghề chở khách bằng xe Honda.

Về nhà nghỉ ngơi được 1 đêm thoải mái sau nhiều tuần lễ căng thẳng thì sáng sớm hôm sau tôi lại phải đến nhà người thợ chụp hình trả tiền và lấy tất cả hình ảnh và phim đem về cất tại nhà nhạc phụ tôi. Khi hoàn tất công việc tôi đem tất cả phim in ra 5 bộ ảnh (set) giống nhau giao cho Cha Thí 4 bộ (set) để ngài gởi qua Úc 1 bộ cho dì dượng Bác, qua Pháp cho cha Toán 1 bộ, ra Huế cho chị Lý 1 bộ và chính ngài cất giữ 1 bộ. Còn 1 bộ tôi đem ra bưu điện gởi qua Anh Quốc cho cựu Đại Tá Lý

Trọng Song là con rễ lớn nhất của nhạc phụ và nhạc mẫu tôi (sau nầy anh chị Song đã giao bộ hình ảnh nầy cho anh Nguyễn Văn Thành là trưởng nam của nhạc phụ và nhạc mẫu tôi lưu giữ tại Hoa Kỳ). **Riêng về bộ phim gốc tôi nhờ Cha Thí gởi ra Huế giao cho Chị Lý chính thức lưu giữ.** Như vậy, chỉ có gia đình dì dượng Bác, gia đình Ôn Mệ tôi, Chị Lý, Cha Thí và cha Toán là 5 nơi duy nhất có hình ãnh lưu chiếu mà thôi. Tiếc thay, cuối thập niên 1980, công an Thành phố Huế đã xông vào nhà Dòng Mến Thánh Giá Phủ Cam khám xét và đã tịch thu bộ phim gốc và hình ảnh của công cuộc di dời & an táng bà cụ cố và 3 anh em TT Ngô Đình Diệm vào năm 1983 đó.

Hình chụp từ phía đầu 3 kim tĩnh vừa đúc xong nắp đậy: Bên tay trái ngoài cùng là nắp đậy kim tĩnh ông Huynh, giữa là bà cụ Cố và phía xa bên tay phải là ông Đệ (theo đúng y lời dặn của Cha Thí).

MỞ CỬA MÃ VÀ DỰNG BIA:

Chiều ngày 29/07/1983, tôi đem xe Honda PC xuống nhà dòng trả lại cho Cha Thí, nhân tiện nói chuyện cho ngài nghe công việc khâm liệm trong nghĩa trang MĐC ngày hôm qua và bàn việc "Mở cửa mã và dựng bia" cho 3 ngôi mộ vào ngày 30/07/1983 tại Lái Thiêu (ngày thứ 3 kể từ ngày an táng theo phong tục cổ truyền). **Tôi không nói gì về việc ngài đã chỉ cho tôi kim tĩnh của ông Huynh trong MĐC thì khi mở ra đúng là ông Đệ, bởi vì tôi đã quyết định dứt khoát là vâng lời làm đúng theo lời ngài đã dặn tức là an táng ông Gioan Baotixita Huynh nằm bên tay trái bà cụ Cố - mà thực tế đó là quang tài đựng di thể ông cố vấn Ngô Đình Nhu như đã trình bày trong phần khâm liệm tại nghĩa trang MĐC ngày hôm qua, và đợi đến khi thuận tiện ghi lại sự thật cho con cháu sau nầy đem về Huế sẽ chuyển đổi lại cho đúng. TÔI CẦU XIN CHO SAU NẦY KHI DỜI MỘ GIA ĐÌNH CỐ TT NGÔ VỀ HUẾ SẼ LÀ DỊP DỰNG LẠI BIA MỘ ĐÚNG CHO CỐ TT NGÔ ĐÌNH DIỆM VÀ VỊ BÀO**

ĐỆ NGÔ ĐÌNH NHU CỦA TT. Bây giờ đã là thời điểm 2015, việc thử DNA để xác định cũng rất đơn giản.

Cha Thí nói với tôi là ngày mai **30/07/1983** mở cửa mã và dựng bia cho Bà và các Cậu là ngày quan trọng vì Bà và các Cậu trước đây chỉ được quàng tạm trong nghĩa trang MĐC (dù hai Cậu nằm trong kim tĩnh, nhưng đâu phải là 2 ngôi mộ). Vì vậy, sáng mai ngài sẽ cùng Soeur Lý, Soeur Tá và một vài Cha thân tín cùng đến Lái Thiêu để làm lễ âm thầm cầu nguyện cho Bà và hai Cậu rồi mới dựng Bia. Cha Thí cũng còn dặn tôi là nhớ mướn một xe khoảng 10 chỗ ngồi để mọi người cùng đi và mời nhạc phụ tôi cùng đi dự lễ mở cửa mã và dựng bia nầy, vì Ôn biết khá nhiều về phong tục cổ truyền và vì nhiều lý do khác nữa. Từ giả cha Thí tôi ghé ngang nhà thầu Huỳnh Mạnh gần trường đua Phú Thọ để xem xét mọi việc đã đầy đủ cho ngày dựng bia, xây mộ hay chưa.

Sáng ngày 30 tháng 7 năm 1983, khi anh Sửu chở tôi bằng Honda đến nghĩa trang Lái Thiêu (nghĩa trang Quảng Đông cũ) thì xe tôi mướn cho thân bằng quyến thuộc của TT đã đưa mọi người đến đầy đủ. Trên y phục của Chị Lý & chị Tá vẫn còn mang khăn trắng để tang cho 3 vị vừa được an táng (bà ngoại và hai cậu của Chị), vì đây là dịp cho hai Chị tỏ bày lòng hiếu thảo với người quá cố. Đến 11 giờ sáng, hai xe chở vật liệu xây cất, bia mộ đá cẩm thạch và các bộ phận rời để xây lăng do nhà thầu Huỳnh Mạnh đúc sẵn đến nơi. Sau khi Cha Thí ban phép lành, tôi mời Cha Thí và nhạc phụ tôi chụp một tấm ảnh và Chị Lý và Chị Tá chụp một tấm để làm lưu chiếu, rồi cho công nhân của nhà thầu bắt đầu xây cất. Nhạc phụ tôi là cụ Nguyễn Văn Thận tuy đã hơn 80 tuổi nhưng vẫn khỏe mạnh nên xông xáo khắp 3 ngôi mộ, chỉ dẫn cho thợ thầy xây cất theo mực thước đã quy định. Phải công nhận là khi gặp việc, tôi và Cha Thí mới thấy khả năng tháo vát của một cựu hướng đạo sinh như nhạc phụ tôi.

Bên tay trái là nhạc phụ tôi cụ Nguyễn Văn Thận, hơn 80 tuổi, bên tay phải là Linh mục Lê Văn Thí chụp hình lưu chiếu trước 3 kim tĩnh đã đúc xong nắp bê-tông 3 ngày trước.

Bên tay trái là Soeur Trương Thị Lý, bên tay phải là Soeur Trương Thị Tá (tức Trương Thị Ba, áo màu cam khăn tang trắng) chụp hình lưu chiếu trước 3 kim tĩnh đã đúc xong nắp bê-tông 3 ngày trước.

Nhạc phụ tôi, cụ Nguyễn Văn Thận (đội mũ màu trắng) đang hướng dẫn thợ đặt nền lăng cho ngôi mộ thứ nhì.

Nhạc phụ tôi, cụ Nguyễn Văn Thận (đội mũ phớt) và LM Lê Văn Thí (đội mũ cap) đang hướng dẫn thợ điều chỉnh mực thước cho nền lăng của 3 ngôi mộ.

Đến 12 giờ trưa thì 3 nền lăng đã đặt đúng mực thước và đã gần đến giờ Cha Thí phải cử hành một Thánh Lễ cầu nguyện cho 3 vị tại nhà nguyện dòng nữ tu Mến Thánh Giá Chí Hoà – Sài Gòn, nên quý Cha, quý Soeur và mọi người lên xe để đến kịp Thánh Lễ tại nhà Dòng. Riêng tôi phải ở lại để coi sóc việc xây cất 3 ngôi mộ và rất yên tâm là có anh Sửu luôn luôn ở bên cạnh.

Cha Thí, Chị Tá, Chị Lý và nhạc phụ tôi chụp hình trước 3 nền lăng khi lên xe đi về nhà Dòng Nữ Tu Mến Thánh Giá Chí Hoà – Sài Gòn cử hành Thánh Lễ.

Tất cả những người đến dự lễ mở cửa mã và dựng bia chụp hình trước khi trở về nhà Dòng Nữ Tu Mến Thánh Giá Chí Hoà – Sài Gòn cử hành Thánh Lễ. Từ bên trái qua phải: Tôi, LM (áo xanh mà tôi không biết tên), rồi đến chú Bằng, anh Thanh (con dì Bác), Chị Tá, Chị Lý và Cha Thí đứng ở giữa, nhạc phụ tôi đứng gần cuối hàng bên tay phải tay cầm mũ phớt).

Bắt đầu xây lăng và dựng bia cho 3 ngôi mộ.

Đến hơn 5 giờ rưỡi chiều thì 3 ngôi lăng mộ đã xây xong và bia đá cẩm thạch đã dựng trên phía đầu mộ với tấm bia có chữ "Gioan Baotixita HUYNH" đặt trên ngôi mộ của ông Cố Vấn Ngô Đình Nhu, còn tấm bia "Giacôbê ĐỆ" đặt trên ngôi mộ của cố TT Ngô Đình Diệm vì lý do là tôi không dám cãi lời Cha Thí.

Lăng mộ & bia mộ đã ổn định, nhưng nền mộ chưa xây xong. Khu đất nghĩa trang lúc nầy vẫn còn mênh mông vì các ngôi mộ từ nghĩa trang Mạc Đĩnh Chi SG chưa dời nhiều về đây. Nhà thầu Huỳnh Mạnh nói với tôi là nếu tôi muốn xây nền chung cho 3 ngôi mộ thì họ sẽ giúp luôn trong ngày mai. Tôi nói với anh Huỳnh Mạnh là chưa dám tự ý quyết định vì còn phải xin ý kiến ban quản lý ở đây có cho hay không đã. Xong việc xây lăng, anh Sửu chở tôi về nhà.

Ngày hôm sau, Cha Thí đến nói với tôi là hôm qua sau thánh lễ cầu nguyện tại Dòng Nữ Tu Mến Thánh Giá Chí Hoà – Sài Gòn cho Bà và 2 Cậu thì một số Cha, một số nữ tu, Soeur Lý và dì Luyến đều tỏ ý muốn đi thăm 3 ngôi mộ và cầu nguyện tại chỗ cho 3 vị, vì tất cả mọi người kể cả Cha Thí đều chưa nhìn thấy 3 ngôi lăng mộ đã xây cất xong vào ngày hôm qua. Ngoại trừ Soeur Tá đã về lại Xuân Lộc - Long Khánh sáng nay. Vì vậy, tôi mướn 2 xe chở khách loại 18 chỗ ngồi khởi hành từ nhà Dòng Dòng Nữ Tu Mến Thánh Giá Chí Hoà và từ nhà nhạc phụ tôi đi viếng mộ vào ngày hôm sau 31/08/1983.

Đến chiều, có tin là LM Giêrađô Phạm Anh Thái, chánh xứ Nghĩa Hiệp – Phước Lý thuộc GP Xuân Lộc mới vào SG nên Dì Luyến đã mời ngài cùng đi, vì Cha Thái là anh ruột cậu Phạm Văn Hanh, cháu gọi bà cụ cố là cô ruột tức là đồng cấp anh em cô cậu với TT và nhạc mẫu tôi. . Như vậy cuộc viếng thăm chính thức lần nầy (31/07/1983) gồm 4 vị Linh Mục là Cha Thí, Cha Thái, một LM bạn của Cha Thí và Cha Quang (Dòng Chúa Cứu Thế Sài Gòn), Soeur Lý, Bà Kinh (Mẹ Bề Trên Dòng Nữ Tu Mến Thánh Giá Chí

Hoà) và các Chị trong Dòng, gia đình Dì Luyến gồm 2 người con gái là chị Ngãi, Chị Tình và con rể là anh Mỹ), vợ chồng đại úy Bằng, nhạc phụ, nhạc mẫu và nhà tôi (đang mang thai đứa thứ 2 được 7 tháng và bồng theo đứa con trai 2 tuổi). Hai xe khách đến nghĩa trang Lái Thiêu khoảng 10 giờ sáng, nắng đã lên cao.

Nhìn 3 ngôi mộ đã hoàn thành hơn 90%, vợ chồng chúng tôi mới dám thở phào nhẹ nhõm mà nhớ lại thời điểm cả bốn người chúng tôi (tôi, nhà tôi đang mang thai 6 tháng và cháu Nam Bửu hơn 1 năm tuổi) cùng nhau đơn thân xuất mã đến nghĩa trang Mạc Đỉnh Chi Sài Gòn xin đứng ra lo liệu công việc nghĩa tình nầy hơn một tháng trước đây với tâm trạng lo âu sợ hãi trăm bề và cũng không biết tương lai sẽ ra sao.

Đoàn người vừa đến nơi đang sửa soạn dâng hoa và thắp nhang cho vong linh 3 người dưới mộ.

Ngay trên đây là tấm hình đặc biệt ghi lại giây phút người cựu tuỳ viên của cố TT Ngô Đình Diệm là cựu đại uý Bằng quỳ lạy trước mộ Tổng Thống NGÔ, dưới sự chứng kiến của 4 vị LM và thân bằng quyến thuộc trong gia đình. Trước đây 1 tuần đại uý Bằng cũng đã quỳ lạy cố TT Ngô Đình Diệm và vị bào đệ Ngô Đình Nhu trước khi khai mở kim tĩnh hai vị trong nghĩa trang Mạc Đĩnh Chi ở Sài Gòn.

Soeur Lý và đại uý Bằng đang thắp hương trước mộ bà cụ cố Luxia Phạm Thị Thân.

Bốn vị Linh Mục chụp hình làm chứng tích: từ phải sang trái là Cha Quang, Cha Lê Văn Thí, Cha Phạm Anh Thái và một LM mà tôi không biết tên.

Từ trái sang phải: Cha Thái (cầm mũ chấp hai tay), một LM bạn Cha Thí (áo sơ mi xanh), cụ Nguyễn Văn Thận (nhạc phụ tôi), nhà tôi và cháu Nam Bửu, Đại Uý bằng, Cha Thí (đội mũ lưỡi trai), Cha Quang (áo sơ-mi nâu), Dì Luyến, Soeur Lý, cụ bà Nguyễn Thị Ngân (nhạc mẫu tôi), Bà Kinh (áo trắng), chị Ngãi và vợ đại uý Bằng.

Soeur Trương Thị Lý (cháu gọi TT bằng cậu ruột) đang khấn nguyện trước mộ Bà Ngoại và hai Cậu của soeur.

Từ trái sang phải: bà Kinh (áo trắng – dòng Mến Thánh Giá Chí Hòa – Sài Gòn), vi Linh Mục bạn của Cha Thí mặc sơ mi xanh nhạt (tôi không biết tên), Cha Thí (vòng tay, đội mũ cap), Cha Phạm Anh Thái (cầm nhang), Cha Quang thuộc DCCT (mặc sơ mi nâu lợt quần nâu đậm), Soeur Lý và mọi người đang đọc kinh cầu nguyện trước 3 ngôi mộ.

Từ trái sang phải: nhạc phụ và nhà tôi đang bồng con trai, sau nhà tôi là chú Bằng, Cha Thí, Chị Lý và Dì Luyến.

Soeur Trương Thị Lý (cháu gọi TT bằng cậu ruột) đang khẩn nguyện trước mộ Bà Ngoại và hai Cậu của soeur. Từ phải sang trái: Một Soeur dòng MTG Chí Hòa, Cha Thí, Bà Kinh (Mẹ Bề Trên dòng MTG Chí Hòa), sau lưng bà Kinh là anh Sửu, Chị Ngãi, Vợ chú Bằng, Cha Quang sau Cha Quang là một Soeur dòng MTG Chí Hòa và Dì Luyến.

Đứng hai bên lăng mộ ông ĐỆ từ trái sang phải: Một vị LM, chú Bằng, Dì Luyến, Cha Thái, Chị Lý, Cha Thí, nhạc mẫu tôi, Chị Ngãi (con gái dì Luyến), nhạc phụ tôi bồng cháu ngoại Nam Bửu và sau hết là Chị Tình (con gái Dì Luyến).

Đọc kinh cầu nguyện cho 3 Vị trước khi quay về Sài Gòn.

Kết thúc cuộc thăm viếng, tôi (bên phải cuối hàng) khấn nguyện cầu xin Bà cụ Cố và hai Cậu phù trợ cho phần còn lại của công việc xong sớm và được êm thắm (tôi đứng bên tay phải cuối hàng người).

Trong lúc mọi người đang cầu nguyện và chụp hình ãnh lưu chiếu, tôi đi vào văn phòng ban quản lý Nghĩa Trang tìm anh Bảy, trưởng toán xây dựng cơ bản để trình bày ý nguyện xin đúc bê-tông nền mộ chung cho cả 3 lăng mộ. May mắn là anh Bảy đồng ý ngay nên tôi trở ra thưa lại với Cha Thí và nhạc phụ tôi sự việc và cả hai người đều vui mừng với ý kiến nầy. Vì đây là 3 ngôi lăng mộ đặc biệt nên nếu nằm chung trên một nền nhà thì sau nầy dễ nhận diện hơn.

Về lại Sài Gòn ngay sáng hôm sau tôi đến gặp nhà thầu Huỳnh Mạnh để nhờ xây nền mộ bê-tông như đã thỏa thuận với anh Bảy hồi sáng hôm qua. Nhà thầu cho biết là sẽ khởi công ngay ngày mai (01/08/1983), vì họ đã có đủ nhân công, vật liệu và cam đoan với tôi là sẽ xong trong 3 ngày. Về đến nhà, thì nhạc phụ tôi cho biết là sáng nay Ôn mới gặp người con đỡ đầu là LM Jean Baptiste Nguyễn Văn Thục – chánh xứ Tân Chí Linh & sáng lập viên Tu Hội Phúc Âm hỏi thăm về việc dời mộ Bà và hai Cậu vì ngài nghe tin đồn mà không biết thực hư. Sau khi nghe nhạc phụ tôi kể lại mọi sự, Cha Thục dặn nhạc phụ tôi nhắn với tôi đến mượn chiếc xe Honda đàn ông của ngài để đi lên xuống Lái Thiêu lo công việc cho xong rồi mới trả lại cho ngài. Thử hỏi thời buổi ngặt nghèo đó mà không có chiếc xe gắn máy Honda do Cha Thục cho mượn thì làm sao tôi có thể sáng đi chiều về từ SG đến Lái Thiêu trong những ngày lo xây cất sắp tới. Thật là cảm động và may mắn cho tôi, hễ cứ mỗi lần tôi gặp khó khăn trong công việc nầy thì ngay lập tức có quý nhân phù trợ cho qua hết. Việc xây cất nầy đang tiến hành suông sẻ được hơn 2/3 vào ngày thứ hai thì bỗng nhiên có một chiếc xe Vespa chạy từ hướng Dĩ An – Biên Hoà đến ngừng tại lề đường. Hai người đàn ông trông rất hung dữ trên xe hùng hổ bước vào khu xây cất la to với giọng Nam Kỳ rặt: *"A mồ ma Ngô Đình Diệm đây rồi ! Ai cho chúng bây xây cất to lớn thế nầy"*. Tôi bình tĩnh trả lời là ban quản lý đã cho phép tôi mới dám xây. Ngay lập tức toán thợ hồ gần cả chục người kể cả anh Huỳnh Mạnh đang ngồi xây vùng đứng lên tay lăm le cây búa, cán bay nhìn chằm chằm vào hai tên côn đồ lạ mặt nầy. Một phút yên lặng và căng thẳng trôi qua nhanh chóng khi tôi lên tiếng yêu cầu anh em công nhân bình tĩnh để xem họ muốn gì. Họ hạ tay búa tay bay xuống nhưng vẫn đứng yên không nhúc nhích trong cái không khí gần như ngưng đọng lúc đó. Thấy đe dọa như thế đã đủ và có ở lại cũng chẳng làm gì được tôi khi 8 người thợ hồ và anh Huỳnh Mạnh quyết bảo vệ quanh tôi, hai tên côn đồ quay lưng đi ra đường lấy xe Vespa chở nhau chạy ngược về hướng Dĩ An – Biên

Hòa. Họ đi rồi tôi vội đi thẳng vào văn phòng nghĩa trang kể lại sự việc cho anh Bảy nghe là suýt nữa tôi bị hành hung. Anh Bảy an ủi tôi rằng hằng ngày anh có mặt tại đây cho đến 5 giờ chiều, có gì cứ cho công nhân vào kêu là anh ra can thiệp ngay lập tức. Tôi bảo với anh là từ đây ra chỗ tôi xây cất hơn 300 thước, anh ra tới nới thì chúng hành hung tôi xong và bỏ chạy mất thì nguy cho tôi quá. Anh Bảy quả quyết với tôi là anh biết bọn chúng là ai và chúng chỉ dọa cho tôi đổi nhà thầu xây cất cho bọn chúng nhãy vô thầu kiếm ăn chứ không dám hành hung đâu. Anh còn nói thêm là cứ yên tâm đi mai tôi sẽ nhắn bọn chúng là người ta xây gần xong đến 99% rồi, không đổi nhà thầu được đâu, chớ có quấy rầy người ta, thế là xong. Tôi nghe thế đành quay ra chỗ thợ hồ đang làm việc. Bây giờ thì anh chủ thầu Huỳnh Mạnh suýt xoa: *"Sao anh không nói sớm cho em biết đây là mộ Ngô Tổng Thống, em xây cất mồ mả bao nhiêu năm nay bỗng dưng ngày nay được cái vinh dự nầy"*. Tôi yên tâm thấy thái độ thành thật của anh Huỳnh Mạnh, nhưng vẫn thăm dò một cách thân thiện: *"Anh Mạnh trẻ như vậy thì hồi cụ Ngô còn làm TT anh còn nhỏ lắm đã biết gì đâu mà ngưỡng mộ Ngô TT"*. Anh Mạnh sôi nổi & hùng hồn kể là thân phụ anh ấy là người thường nói với con cái là thời kỳ Ngô TT cai trị thì dân chúng sung sướng hơn sau nầy vì được yên ổn làm ăn, nên anh Mạnh mới ngưỡng mộ. Rồi anh mạnh xin tôi cho phép anh đặt một tấm đá hoa ở chân ngôi mộ giữa ghi tên nhà thầu "Huỳnh Mạnh" để anh thỏa dạ, tôi đồng ý ngay và dặn anh là cứ chuẩn bị sẵn rồi đợi đến ngày khánh thành hãy gắn tấm bảng đó, vì tôi có ý định để cho mọi người gặp anh Mạnh hôm đó.

Hình chụp tấm bảng đó vào năm 2005 như sau:

Đến 6 giờ chiều cùng ngày, anh Huỳnh Mạnh tính toán với tôi là chỉ cần một buổi sáng mai nữa là nền mộ hoàn tất bằng đá mài nên anh cho thợ nghỉ để về lại SG bằng chiếc xe thùng chở hàng cà tàng mà anh thường dùng chở thầy thợ đi về SG-Lái Thiêu để thi công. Và anh Mạnh nói nhỏ với tôi là đặc biệt hôm nay anh mời tôi đi theo xe anh về lại SG trước khi trời sắp tối. Tôi nói là hồi sáng tôi đi xe Honda nầy (mượn của Cha Thục) xuống đây, giờ làm sao bỏ xe cho được. Anh cười nói *"chuyện đó quá dễ"* rồi bảo 4 người thợ hồ nâng chiếc Honda đàn ông nầy lên ngang vai đưa vào thùng xe cho hai người khác kéo vào dựng bên trong thùng xe, rồi tất cả 7 người thợ đứng trong thùng xe. Anh Mạnh và tôi bước lên ngồi ghế băng trước ngang với ghế tài xế thì anh thợ hồ lái xe cười nói: *"Tụi tui không muốn anh đi về một mình vì hai thằng quỷ hồi trưa đó"*. Tôi cười với anh tài xế và nói cám ơn anh, nhưng lòng miên man suy nghĩ là chắc chắn có sự phù trợ thiêng liêng giúp tôi tránh thoát mọi nguy hiểm trong công việc nầy. Không có ơn trên phù trợ thì vì sao bèo nước gặp nhau tình cờ mà anh Huỳnh Mạnh và toán thợ của anh lại hết lòng bảo vệ cho tôi như vậy.

Xe về đến Sài Gòn gần khu Tân Định là tôi xin xuống xe, lái chiếc Honda tìm vào nhà anh Sửu thời may anh vừa về nhà sau một ngày đi chở khách thuê bằng xe Honda. Sau khi kể anh nghe chuyện suýt bị hành hung hồi trưa dưới Lái Thiêu, tôi nhờ anh Sửu chở đi Lái Thiêu ngày hôm sau để trông coi việc xây cất cho xong, anh bằng lòng ngay, nhờ vậy mà nhà tôi và Ôn Mệ tôi yên tâm là ít nhất có một người theo sát bên tôi để phòng hờ bất trắc từ nay trở đi. Suốt ngày hôm sau, công việc suông sẻ và hoàn tất trọn vẹn phần việc cuối cùng của nghĩa vụ di dời, an táng và lập mộ cho bà cụ cố Luxia Phạm Thị Thân (Thân mẫu của TT Ngô), TT Ngô và bào đệ Ngô Đình Nhu. Đặc biệt là hôm nay (03/08/1983) anh Huỳnh Mạnh mang theo thật nhiều nhang thơm để đến khi hoàn thành công việc thì chính anh và tất cả nhân công thợ hồ của anh đã thắp hương cuối mình bái biệt 3 ngôi lăng mộ do chính anh vẻ kiểu và xây cất từ A đến Z. Trước khi chia tay ra về tôi dặn anh Huỳnh Mạnh là tôi sẽ cho anh biết ngày nào khánh thành để anh đến đặt bảng hiệu của anh.

LỄ GIỖ VÀ KHÁNH THÀNH:

Chiều hôm đó, trên đường về nhà anh Sửu đưa tôi ghé lại nhà dòng DCCT để tường trình cho Cha Thí biết mọi việc đã chu toàn. Cha Thí vui mừng hớn hở la lớn trước mắt tôi và anh Sửu: *"Tạ ơn Chúa"*. Trong lúc vui mừng hớn hở, Cha Thí quyết định là ngài sẽ làm lễ Giỗ cho Bà và hai Cậu ngay sau đó 2 ngày (05/08/1983), tại Dòng nữ tu Mến Thánh Giá Chí Hòa – SG của Bà Kinh vào buổi trưa, còn buổi sáng thì mọi người trong thân tộc và thân quyến sẽ đến nghĩa trang Lái Thiêu khánh thành 3 lăng mộ. Anh Sửu nhận lời lo mướn một chiếc xe chở khách khoảng 22 chỗ ngồi để chở họ từ Sài Gòn đi Lái Thiêu và về lại nhà Dòng. Phần Cha Thí thì ngài biết là Soeur Lý ở Huế xa xôi và cũng không dễ dàng được đi lại tự do, nên ngài chỉ tin cho Soeur Trương Thị Tá tức Trương Thị Ba ở Long Khánh biết. Hôm sau, tôi tin cho anh Huỳnh Mạnh đến dự lễ khánh thành và dặn anh nên gắng tấm bảng hiệu của nhà thầu trước 10 giờ sáng ngày 05/08/1983, và đi mời Cha Thục tham gia.

Ngày hôm sau khi xe chở thân tộc và thân quyến đến nơi thì anh Huỳnh Mạnh đã có mặt và đã gắn xong tấm bảng hiệu nhà thầu. Thấy Cha Thí vui mừng hớn hở, tôi mời ngài chụp một tấm hình kỷ niệm như sau:

LM Lê Văn Thí và 3 ngôi mộ bà cụ cố Luxia Phạm Thị Thân, TT Ngô Đình Diệm và ông cố vấn Ngô Đình Nhu.

Sau đó Cha Lê Văn Thí và Cha Jean Baptiste Nguyễn Văn Thục (chánh xứ Tân Chí Linh) âm thầm chủ lễ cầu kinh đơn giản nhưng trang nghiêm kính cẩn cho Bà và hai Cậu theo nghi thức Công Giáo như trong các tấm hình ghi lại sau đây:

Nhà tôi bống con trai Nam Bửu đứng cạnh LM Nguễn Văn Thục (áo sơ mi xanh) bên tay phải cùng với dì Luyến và nhạc mẫu tôi.

Anh Huỳnh Mạnh, chủ nhà thầu xây cất (mặc áo vest đen) **là người đứng cuối hàng bên tay phải kế bên tôi.**

Sau cùng tôi mời mọi người chụp hình lưu niệm trước khi chia tay như sau đây. Tất cả ảnh chụp đều được gởi đến Chị Lý, Dì Bác (bên Úc Châu), Cha Nguyễn Quang Tóan (thuộc Dòng Chúa Cứu Thế Sài Gòn đang ở Pháp), Anh Song (bên Anh) và Cha Thí (Việt Nam). Như vậy chứng tích sẽ còn đầy đủ cho sau nầy.

Những nhân vật chính trong dịp khánh thành từ trái sang phải: cụ Nguyễn Văn Thận, Soeur Trương Thị Tá (Trương Thị Ba), Cha Quang, Cha Nguyễn Văn Thục (áo xanh) và Cha Lê Văn Thí.

***

Sau khi mọi việc đã xong, Cha Thí có đến nhà hỏi nhạc phụ và nhạc mẫu tôi là đã chi phí hết bao nhiêu từ ngày bắt đầu nộp đơn xin di dời, cho đến khi hoàn thành mồ yên mã đẹp cho Bà và hai Cậu để ngài viết thư cho Cha Toán bên Pháp biết, chờ khi nào Ôn Mệ sang Anh Quốc thì Cha Nguyễn Quang Toán (thuộc Dòng Chúa Cứu Thế Sài Gòn, đang tỵ nạn chính trị tại Pháp – 1983) sẽ gởi qua cho Ôn Mệ dưỡng già. Cha Thí có nói cho tôi biết là ngài đã tính số lượng vàng (ở VN thời đó gọi là cây vàng) mà nhạc mẫu tôi đã bán đi để trả chi phí, chuyển sang tiền đô-la Mỹ theo thời giá năm 1983 là mười hai ngàn đô-la. Ngài còn khen tôi là giữa thời buổi cơm cao gạo kém và hàng hóa khan hiếm như thế nầy mà tôi đã ráng tiết kiệm khá nhiều, vì ngài ước lượng là phải đến vài chục ngàn đô-la mới xong, theo vật giá thời đó. **Sau nầy**

khi nhạc phụ & nhạc mẫu tôi sang đoàn tụ gia đình định cư luôn tại Anh Quốc thì LM Nguyễn Quang Toán lờ luôn không trả lại chút gì cho nhạc phụ và nhạc mẫu tôi. Thấy vậy Dì Dượng Bác bên Úc có dành dụm gởi qua cho nhạc phụ và nhạc mẫu tôi khoảng 2000 đô-la rồi thôi, vì Dì Dượng cũng đã ở tuổi về hưu như nhạc phụ & nhạc mẫu tôi nên lấy đâu ra tiền để hoàn trả. Cuối cùng thì Dì Dượng đã điện thoại nói với nhạc phụ & nhạc mẫu tôi: *"Vợ chồng em xin lạy anh chị một lạy để trả lại ơn nghĩa của anh chị, chứ bây giờ vợ chồng em không còn khả năng bồi hoàn nữa"* (Dì Bác là vai em bạn dì ruột với nhạc mẫu tôi). Nhạc phụ và nhạc mẫu tôi cũng đã nói ngay cho Dì Dượng Bác biết là thôi hãy quên vấn đề tiền bạc đi vì việc hoàn trả không phải là trách nhiệm của Dì Dượng Bác, mồ yên mã đẹp cho Bà và các Cậu yên nghỉ là là vui rồi. Chỉ buồn một điều là LM Nguyễn Quang Toán (cũng thuộc Dòng Chúa Cứu Thế Sài Gòn) đã hứa với Cha Thí mà không làm đúng theo lời đã hứa. Như vậy thì nhạc phụ & nhạc mẫu tôi đã gánh vác gần như toàn bộ việc nghĩa tình nầy. Và bây giờ khi viết lại chi tiết sự vụ nầy, tôi mới trực ngộ ra là Trời đã giao trách nhiệm tinh thần và nghĩa vụ vật chất nầy cho nhạc phụ & nhạc mẫu tôi gánh vác.

PHẦN IV

BỐI CẢNH VÀ VIỆC THỰC HIỆN VIỆC DỜI MỘ BÀO ĐỆ NGÔ ĐÌNH CẨN CỦA CỐ TT NGÔ ĐÌNH DIỆM - TỪ NGHĨA TRANG BẮC VIỆT TƯƠNG TẾ CHÙA PHỔ QUANG (HỘI BẮC VIỆT TƯƠNG TẾ) VỀ AN TÁNG TẠI NGHĨA TRANG LÁI THIÊU – BÌNH DƯƠNG VÀO NGÀY 30 -11-1983

Cuối Tháng 9 năm 1983, Cha Thí và dì Luyến đến thăm nhạc phụ và nhạc mẫu tôi để yêu cầu tôi đứng ra thực hiện tiếp việc dời mộ ông cố vấn chỉ đạo miền Trung – cụ Ngô Đình Cẩn (mà những người trong gia đình nhạc phụ tôi cũng như Cha Thí thường gọi là Cậu Cẩn) từ nghĩa trang Bắc Việt Tương Tế thuộc chùa Phổ Quang, nằm trong khuôn viên quân sự của phi trường Tân Sơn Nhất đem về an táng cùng chung nghĩa trang Lái Thiêu (ngày nay gọi là nghĩa trang Dĩ An – Biên Hòa) với hai vị bào huynh và thân mẫu.

Cha Thí thí nói với nhạc phụ và nhạc mẫu tôi như sau: *"Thưa Dì Dượng, còn một việc nhỏ nữa mà Dì Luyến đang mong ước là nhờ anh Sơn giúp luôn thể, để đem Cậu Cẩn về nằm cạnh Bà và hai Cậu trong nghĩa trang Lái Thiêu cho ấm cúng gia đình. Không biết Dì Dượng có ý định gì không, chứ việc nầy Dì Luyến nói với tôi là Dì xin một mình gánh vác mọi phí tổn"*. Dì Luyến tiếp lời Cha Lý nói với mọi người: *"Thiệt như lời Cha Thí nói đó, để* tui chịu hết phí tổn cho lần nầy, chỉ cần Dì Dượng Thận vui lòng cho thằng chồng con Mai giúp giùm tui việc nầy là tui yên ổn trong bụng, ...". Nhạc phụ tôi đáp lại với vẻ không bằng lòng: *"Thế thì con trai con rể bên nhà chị đâu mà cứ bắt một mình hắn gánh vác mấy việc nguy hiểm nầy, lở ra có việc chi thì tui biết tính răng, chị biết hắn là con một mà,...".* Dì Luyến vẫn cố nói thêm: *"Nhưng có sao đâu, Bà và các Cậu phù hộ cho hắn như việc dời mộ Bà và các Cậu vừa rồi đó".* Còn tôi thì đã biết là nhạc phụ tôi ít khi bằng lòng việc gì do Dì Luyến yêu cầu, nên tôi lên tiếng hỏi thăm Cha Thí về nghĩa trang nào có mộ cậu Cẩn cho không khí dịu bớt căng thẳng giữa nhạc phụ tôi và Dì Luyến. Nào ngờ Cha Thí nói là hễ tôi bằng lòng giúp thì ngài sẽ dẫn tôi đến chỉ tận nơi. Rồi ngài lặp lại việc trước để cố thuyết phục nhạc phụ tôi: *"Tôi đã nghe theo lời Dì Dượng đi gặp mấy anh đó hồi 3 tháng trước, nhưng mấy anh đang làm công nhân viên lưu dung cho nhà nước, biết rõ chính quyền cọng sản hận thù các Cậu nhiều nhất, nên sợ mà từ chối và không dám dính dáng đến chuyện nầy".* Cha Thí buồn bả nói tiếp: *"Vì vậy mà tôi chỉ còn biết trông cậy vào anh Sơn, nhưng thấy Dượng không vui lòng thì tôi còn biết nói sao".* Thấy cha Thí tỏ vẻ băn khoăn khó xử, nhạc phụ tôi mềm lòng và tỏ ra bằng lòng: *"Thôi thì cứ hỏi hắn xem sao".* Nghe vậy tôi mới dám lên tiếng thưa rõ là *"Kinh nghiệm lần vừa rồi không phải là không có khó khăn nguy hiểm, nhưng nhờ ơn trên che chở mà mọi việc êm xui, suôn sẻ nên con tin là nếu lần nầy mình dời mộ cậu Cẩn về nằm chung trong một nơi với Bà và các Cậu thì linh hồn Bà và các Cậu sẽ vui hơn".* Nghe tôi nói xong, nhạc phụ tôi tỏ vẻ yên lòng hơn và quyết định *"Thôi được, con cứ giúp cha Thí và dì Luyến cho trọn vẹn việc nầy đi, Cha không cản trở mà chỉ ngại là không biết nói sao cho Anh Chị ngoài nớ vui lòng"* (mọi người đều hiểu nhạc phu tôi nói *"Anh Chị ngoài nớ"* có ý nói đến thân phụ và thân mẫu tôi đang sống ngoài Trung và e ngại mang tiếng mình là cha vợ lại sai con rể làm chuyện khá nguy hiểm). Tôi hiểu ý nên trấn an nhạc phụ tôi: *"Con chắc chắn là Ba Má con rất vui khi hay tin các Cậu được mồ yên mã đẹp vì hồi xưa khi cố Thủ Tướng Ngô Đình Diệm về chấp chánh vào năm 1954 thì tài sản của gia đình con bị Cộng Sản Việt Minh cưỡng đoạt trước đó đã được chính quyền quốc gia trả lại toàn vẹn"*. Nghe vậy, nhạc phụ tôi vui vẻ bàn với cha Thí là nên chỉ dẫn địa điểm ngôi mộ cậu Cẩn cho tôi biết tường tận để tôi đi với anh Sửu tìm đến xem xét mà không nên đi chung với một vị LM như cha Thí, vì nghĩa trang Bắc Việt Tương Tế nằm trong khuôn viên quân sự của phi trường Tân Sơn Nhất. Tôi thắc mắc là tại sao lại an táng cậu Cẩn trong khuôn viên quân sự tân Sơn Nhất. Cha Thí liền kể đầu đuôi câu chuyện định mệnh nầy cho người sinh sau đẻ muộn như tôi nghe một cách chi tiết:

Sau khi Linh mục Nguyễn Quang Toán (vị linh mục thân cận của cố TT Ngô, cũng thuộc dòng CCT Sài Gòn như cha Thí) bị các tướng lãnh đảo chính 1963 hạch hỏi về tiền bạc của cố TT Ngô thì vị LM Toán nầy sợ quá trốn qua Campuchia và từ đó lưu vong qua Pháp. Vì vậy từ cuối năm 1963 cho đến ngày 09/05/1964 (ngày mà nhóm tướng lãnh đảo chánh giết chết cậu Cẩn), Cha Thí đã thay thế LM Nguyễn Quang Toán hàng tuần vào nhà tù Chí Hòa-Sài Gòn làm lễ và giải tội cho cậu

Ngô Đình Cẩn đang bị giam tại đây từ ngày 04/11/1963 (ngày mà máy bay C47 của tòa Lãnh Sự Mỹ tại Huế áp giải cậu Cẩn từ Huế vào Sài Gòn giao cho các tướng lãnh đảo chánh!!!). Vào lúc 17 giờ chiều ngày 09/05/1964, họ xử bắn cậu Cẩn tại khám Chí Hòa sau khi Cha Thí làm lễ xức dầu cho Cậu ngay trong phòng giam và ghi nhớ lời nói sau cùng của cậu Cẩn là ***"Con tha thứ cho họ"***.

Cũng theo lời Cha Thí kể cho tôi nghe thì đối với người ngoài gia quyến của cậu Cẩn chính quyền thời đó giữ rất kín ngày xử bắn cậu Ngô Đình Cẩn tại khám Chí Hòa. Nhưng họ phải cho hai người biết là luật sư Võ Văn Quan và Cha Thí (LM Jean Baptiste Lê Văn Thí) vì LS Quang là luật sư biện hộ trước cái gọi là Tòa Án Quân Sự (trong khi cậu Cẩn là một nhân vật hoàn toàn dân sự), còn Cha Thí là vị LM linh hướng của cậu Cẩn trong gần 6 tháng qua. Cha Thí được khám Chí Hòa cho vào gặp cậu Cẩn vào buổi sáng ngày 08/05/1964 để cho cậu Cẩn làm lễ rước mình Thánh Chúa và an an ủi người sắp từ giả cõi trần. Ngay khi mới vừa vào đến phòng giam, cậu Cẩn hỏi ngay: **"Ngày mai, họ đem con đi bắn phải không cha?".** Cha Thí im lặng, khe khẽ thở dài rồi gật đầu và hỏi lại: **"Cậu có sợ không?".** Cậu Cẩn mĩm cười trả lời khá bình thản: **"Con không sợ chút mô hết cha à!".** Cha Thí hỏi tiếp: **"Cậu có tha thứ cho những người đã làm khổ cậu và gia đình cậu không?".** Cậu Cẩn dõng dạc nói to: **"Con tha thứ"**, rồi Cậu nói tiếp: **"Con cũng mang tên Thánh là Jean Baptiste và cha cũng mang tên Thánh Jean Baptiste. Xin cha nhớ cầu nguyện cho con sớm lên Thiên đàng chầu Chúa và xin mọi người có đạo chứng kiến con chịu chết, xin đọc cho con một kinh lạy cha *"Xin cho chúng tôi hàng ngày đủ dùng và tha tội cho chúng tôi như chúng tôi cũng tha kẻ có nợ chúng tôi"*.** Ngày hôm sau 09/05/1964, lúc 4 giờ chiều Cha Thí được vào thăm Cậu lần chót để cử hành thánh lễ Giải Tội lần cuối cho Cậu lần và xức dầu Thánh cho Cậu.

Sau nầy LS Võ Văn Quan có kể lại cho cha Thí nghe lần gặp cuối cùng của LS hôm họ xử bắn cậu Ngô Đình Cẩn tại khám Chí Hòa. Theo lời kể đó, thì Luật sư Võ Văn Quan được họ cho vào vào thăm cậu Ngô Đình Cẩn lần cuối cùng vào 10 giờ sáng ngày 09/05/1964. Khi gặp luật sư Quan, cậu Cẩn cũng vẫn tỏ thái độ thản nhiên như những lần gặp trước đây. LS Quan cũng không hề biết là chính cậu Cẩn cũng đã biết rõ ngày giờ thi hành án. Lúc đầu, hai bên chỉ nói chuyện về vụ xử án nhưng rồi đột nhiên cậu Cẩn tâm sự về thân thế của Cậu và tiết lộ một số câu chuyện ít ai biết. Lời nói của Cậu như là một sự trăng trối khiến luật sư Quan giật mình và thầm nghĩ: **"Có lẽ ông Cẩn biết rồi"**. Rồi Cậu chuyển sang giãi bày những chiến lược chính trị mà mình đã thực hiện để chống phá hoại, lũng đoạn và khủng bố của Việt Cộng suốt từ 1955 đến 1963, với một giọng nói hùng hồn, hoạt bát và mạch lạc mà LS Quan không ngờ, rồi Cậu khẳng định *"Làm chính trị thì phải chấp nhận* *thế thôi"*. Đến gần trưa cậu biết là đã đến gần giờ chia tay nên nói: ***"Luật sư đưa cho tôi cái danh thiếp của ông"***.

Cậu lấy bút viết vào phía sau danh thiếp: ***"Xin hết lòng đa tạ"*** và ký rõ tên Ngô Đình Cẩn. Đưa lại danh thiếp cho luật sư, Cậu dịu dàng ngỏ ý: ***"Tôi xin gửi lại chút này để cám ơn luật sư đã hết lòng biện hộ cho tôi"***. Luật sư Quan thưa lại: ***"Thật sự tôi có giúp được gì cho ông Cố Vấn đâu, họ vẫn xử tối đa"***. Ông Cẩn khẽ lắc đầu, gượng cười: ***"Vấn đề không phải ở đó. viết mấy chữ này, tôi muốn tỏ lòng tri ân đối với người luật sư không từng quen biết, nhưng đã tận tình và can đảm nói lên giữa phiên tòa những gì tôi muốn nói"***.

LS Quan đứng dậy cáo từ và cố giữ nét mặt bình thường, nhưng cậu Cẩn bắt tay luật sư Quan rất chặt và rất lâu, đồng thời tỏ dấu cho biết là mình đã hiểu là sẽ bị xử bắn vào **lúc 5 giờ chiều nay**.

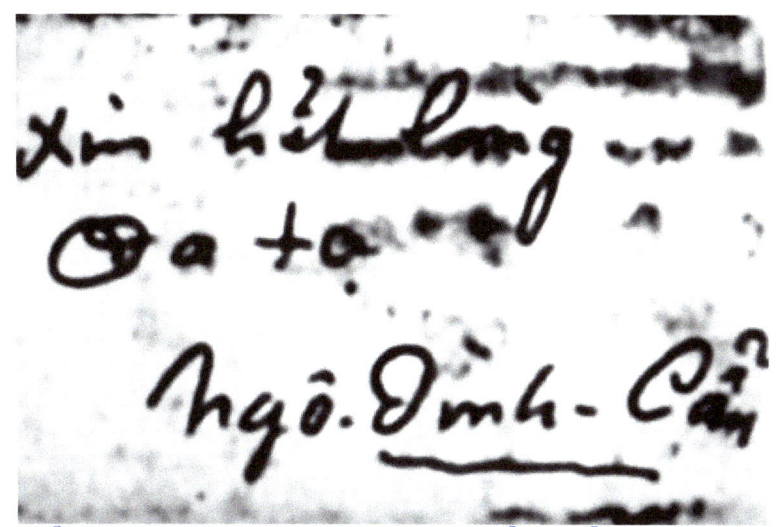

*Ảnh chụp lại những chữ viết cuối cùng của cậu Ngô Đình Cẩn trên tấm danh thiếp của LS Võ Văn Quan
(ảnh do LS Quan cung cấp cho báo chí Sài Gòn trước năm 1975)*

Sau này, mỗi khi nhớ lại vụ hành quyết cậu Cẩn, luật sư Quan vẫn tỏ thái độ kính trọng, khâm phục một con người biết cái chết đang đến với mình từng giờ, từng phút mà vẫn ngồi nói chuyện bình tĩnh hàng tiếng đồng hồ. Sau này, LS Quan có kể lại cho nhà báo Phan Kim Thịnh: *"Sáng sớm ngày 9/5, cháu rể ông Ngô Đình Cẩn* là Trần Trung Dung vào thăm. Ông Cẩn nói chuyện một cách thản nhiên, không hề biểu lộ thái độ lo lắng, sợ sệt. Người cháu gái thì ngồi cạnh giường, khóc và nguyền rủa những kẻ phản phúc nhà họ Ngô. Nhưng ông Ngô Đình Cẩn điềm tĩnh nói: "Không có gì đáng buồn mà phải khóc lóc. Làm chính trị là phải như thế. Cậu không có gì oán thán hết".

Vào lúc 5h chiều ngày 09/05/1964, các thủ tục cho buổi hành quyết ông Ngô Đình Cẩn được bắt đầu tại phòng làm việc của trung tá Phạm Văn Luyện, Quản đốc Khám Chí Hòa. Những người có mặt tại đây là đại tá Trang Văn Chính, Giám đốc cảnh sát đô thành Sài Gòn - Chợ Lớn; thiếu tá Nguyễn Văn Đức, Chưởng lý Tòa án quân sự, luật sư Võ Văn Quan và một số người khác nữa. Đoàn người đến thẳng phòng giam ông Cẩn và lặng lẽ bước vào. Nghe tiếng giày, ông Ngô Đình Cẩn đang nằm trên giường hé mắt nhìn rồi khép lại, miệng lầm rầm cầu nguyện cùng với một vị linh mục đứng cạnh giường đọc kinh.

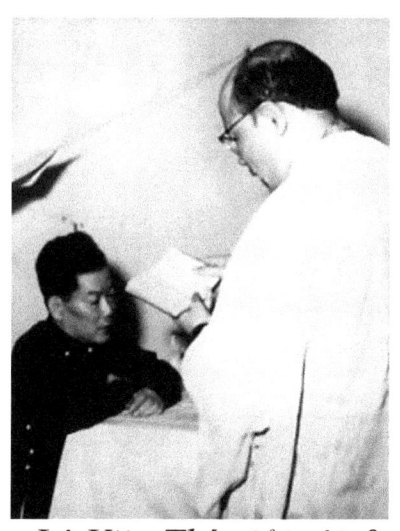

Linh mục Lê Văn Thí giải tội & xức dầu thánh cho ông Ngô Đình Cẩn trong phòng giam khám Chí Hòa Sài Gòn lúc 4:30 chiều ngày 09/05/1964.

Bóng đèn điện từ trên trần nhà tỏa sáng một màu ánh sáng vàng vọt, thê lương. Thiếu tá Nguyễn Văn Đức đến bên giường, đọc bản văn bác đơn xin ân xá. Khi thiếu tá Nguyễn Văn Đức đọc xong, luật sư Quan đến bên ông Cẩn nắm lấy hai bàn tay và Luật sư Quan cố gượng nói: *"Thôi ông cố vấn đừng quá đau buồn. Trên cõi đời này dù sớm hay muộn rồi ai cũng phải ra đi".* Ngô Đình Cẩn điềm tĩnh nói: "*Luật sư đừng có buồn cho tôi. Tôi đi theo mấy ông anh của tôi. Tôi trở về với Chúa. Tôi không sợ chết đâu. Nhưng tôi lo cho luật sư, lúc cãi cho tôi, luật sư có đụng chạm tới họ. Không biết luật sư ở lại có bị họ làm khó dễ hay không".* Luật sư Quan ứa nước mắt: ***Không sao đâu, ông cố vấn đừng lo cho tôi. Xin cầu chúc ông cố vấn được sớm vào nước Chúa"***.

Thủ tục tiếp theo là vị linh mục (LM Lê Văn Thí) làm lễ và cầu nguyện cùng ông Cẩn. Khi được nói lời cuối cùng là tử tội có xin ân huệ gì không thì ông Ngô Đình Cẩn xin rằng được quyền mặc quần trắng, áo dài đen vì ông muốn được chết trong bộ "quốc phục" Việt Nam và hơn nữa ông Cẩn cũng muốn mặc bộ này đó là vì chiếc áo được thân mẫu may cho khi còn ở Huế. **Rồi cho ông nói với mọi người là ông**

tha thứ cho những người đã giết ông. Yêu cầu của ông Ngô Đình Cẩn được đáp ứng, những viên cai ngục giúp ông thay quần áo. Rồi thiếu tá Nguyễn Văn Đức ra lệnh cho 2 nhân viên xốc nách dìu ông Cẩn ra khỏi phòng giam và xuống cầu thang. Vì ông Ngô Đình Cẩn không thể đi được do đang bị cảm sốt nặng, nên người ta phải đặt ông lên một chiếc băng ca và đẩy đi suốt hành lang này qua hành lang khác. Ra khỏi khu "lò bát quái", ông Ngô Đình Cẩn được chuyển sang một băng ca khác do 4 người cai ngục khiêng, chiếc băng ca được khiêng ra giữa sân có cắm một chiếc cọc bên trong khám Chí Hòa thì cả đoàn người dừng lại. Thiếu tá Đức ra lệnh cho đám cai tù xốc nách đỡ ông Ngô Đình Cẩn dậy, dìu ra cột. Khi ông Cẩn được dìu tới cột gỗ thì một người lính trong đội hành quyết nói nhỏ với ông là xin phép được trói hai tay ra đằng sau, hai tay được đặt lên một thanh ngang giống như cây thánh giá mục đích là để người bị tử hình không tụt được xuống. Một người lính cai ngục lấy chiếc khăn đen bịt mắt tử tội thì ông Ngô Đình Cẩn lắc đầu liên tục và nói: "*Tôi không chịu bịt mắt. Tôi không sợ chết*". Nhưng người ta vẫn buộc khăn vào một cách vụng về, vì vậy không chỉ bịt mắt mà bịt gần hết khuôn mặt ông Cẩn. Đội hành quyết có 10 người và đội mũ lính quân cảnh có in 2 chữ MP, chia làm 2 hàng. Hàng trước 5 người quỳ, hàng sau 5 người đứng. Trong 10 người thì có 1 người được sử dụng khẩu súng mà trong đó lắp 1 viên đạn mã tử (không có đầu đạn mà chỉ bịt giấy). Đúng 18h20 phút thiếu tá Nguyễn Văn Đức giơ tay ra lệnh thi hành. Viên sĩ quan chỉ huy đội hành quyết hô lớn: "Bắn!". Một loạt súng nổ, ông Ngô Đình Cẩn rũ người xuống ngay lập tức. Máu từ trên ngực chảy loang xuống chiếc quần trắng. Ngay sau đó viên chỉ huy đội hành quyết chạy đến dí khẩu súng colt 12 ly vào tai ông Ngô Đình Cẩn và bắn phát ân huệ. Bác sĩ pháp y chạy ra dùng ống nghe áp vào ngực ông Ngô Đình Cẩn nghe ngóng, vạch mắt ra xem, rồi quay lại gật

gật đầu ra ý là ông đã chết. **Đó là ngày 09/05/1964, ngày định mệnh của ông cố vấn Ngô Đình Cẩn.**

Hình trên các báo tại Sài Gòn: sau khi ông Ngô Đình Cẩn bị xử bắn tại khám Chí Hòa – Sài Gòn 1964.

Trung tá Luyện, Quản đốc Khám Chí Hòa ra lệnh cho mấy viên cai ngục cởi trói hạ xác ông Ngô Đình Cẩn đặt vào băng ca rồi khiêng vào Khám Chí Hòa để khâm liệm và cho thân nhân nhận xác mang về chôn cất. Đến chiều tối ngày 09/05/1964, gia đình đồng ý nhờ thượng tọa Thích Trí Dũng là bạn học của cậu Cẩn từ thời niên thiếu, nhận xác đem về an táng tại nghĩa trang Bắc Việt Tương Tế nằm trong khuôn viên căn cứ không quân Tân Sơn Nhất – Sài Gòn cho an toàn. Ngoài tình bạn với cậu Cẩn và thân quen với gia đình họ Ngô, thượng tọa Thích Trí Dũng còn là trụ trì chùa Phổ Quang nằm ngay giữa nghĩa trang Bắc Việt Tương Tế, nên tiện bề chăm sóc thường xuyên cho ngôi mộ".

Đến đây thì Dì Luyến & nhạc mẫu tôi xen vào nói là vì hồi đó tuyên truyền bên ngoài vu cáo đủ thứ bịa đặt cho Cậu nên gia đình cảm thấy để mộ Cậu nằm trong Tân Sơn Nhất (khuôn viên quân sự) mới an tâm là không bị những kẻ cực đoan manh động phá phách mồ mã. Cha Thí cho biết thêm là vì sự vu cáo ác ý và bịa đặt trong dư luận tuyên truyền bậy bạ như vậy nên không khí an táng rất là ngột ngạt. Ngay trong đêm đó sau khi làm lễ tang ở nhà thờ cho Cậu, Cha Lê Văn Thí & thầy Thích Trí Dũng phò quang tài cậu Cẩn trên một xe tang đen đem vào Tân Sơn Nhất quàng trong một căn phòng thanh tĩnh khang trang tại chùa Phổ Quang ngay trong nghĩa trang Bắc Việt Tương Tế và ngày hôm sau thầy Thích Trí Dũng đã gọi nhà thầu vào xây kim tĩnh kiên cố rồi mới an táng và xây cất ngôi mộ cậu Cẩn thật đẹp và nguy nga và cũng do chính Thầy tự nguyện đài thọ chi phí. Hằng năm cứ đến lễ Vu Lan (ngày rằm tháng Bảy âm lịch) thì Dì Luyến và nhạc mẫu tôi đều đi dự lễ để thăm viếng mộ Cậu và cầu kinh cho Cậu rồi sau đó vào chùa dự tiệc chay. Dì Luyến còn nói thêm: *"Ông thầy chùa đó chôn cất xong là xây cho Cậu ngôi mộ rất tốt, vậy anh Sơn nhớ giúp Dì xây cho Cậu một ngôi mộ cho thật tốt chứ đừng sợ tốn kém,*

Dì chịu hết sở phí mà". Câu nói nầy của Dì Luyến và ngôi lăng mộ nguy nga kiên cố của cậu Cẩn do thầy Thích Trí Dũng xây cất là một trong vô số bằng chứng bác bỏ luận điệu tuyên truyền phản quốc do 2 thế lực nội tại và ngoại lai vu cáo TT Ngô Đình Diệm và hai vị cố vấn Ngô Đình Nhu & Ngô Đình Cẩn chủ trương kỳ thị & đàn áp Phật Giáo.

Hình ông Ngô Đình Cẩn thời còn thanh niên

Ở đây xin mở dấu ngoặc để kể lại những ngày sau cùng của cậu Cẩn ở Huế - do mới đây tôi được nghe đại tá Lý Trọng Song - cựu Tuỳ Viên Quân Lực cạnh Tòa Đại Sứ

VNCH tại London cho đến năm 1975 (con rể cả của nhạc phụ và nhạc mẫu tôi, tức là vai anh cột chèo) - kể lại chi tiết. Đại tá Lý Trọng Song đã được thụ phong Phó Tế vĩnh viễn năm 1989 tại Tổng giáo phận Southwark – London Anh Quốc và chức vụ Phụ tá Tuyên Úy Cộng Đoàn Công Giáo Việt Nam tại London cho đến nay. Lúc biến cố 01/11/1963 xãy ra thì anh Song mới là Trung Tá Bộ Binh QLVNCH đang nghỉ phép tại Huế từ ngày 23/10/1963 ngay sau khi mãn khóa Sĩ Quan Chỉ Huy & Tham Mưu Cao Cấp (Command & General Staff) tại học viện Fort Leavenworth - Hoa Kỳ:

Đại tá Lý Trọng Song – Tuỳ viên Quân Lực VNCH tại Đại Sứ Quán Việt Nam ở London cho đến 30/04/1975 và đã thụ phong Thầy Sáu – Phó Tế Paul Lý Trọng Song từ năm 1989.

"Khoảng 1 giờ trưa ngày 01/11/1963, anh Song & trưởng nữ là cháu Lý Thị Ngọc Anh mang một bó hoa (bouquet de fleurs)

đi đến nhà cậu Cẩn ở Phủ Cam – Huế để chúc mừng sinh nhật, vì cậu Cẩn sinh ngày 1 Tháng 11 năm 1911. Đến gần cầu Phủ Cam (còn gọi là cầu Tiệm Rượu) thấy nhiều cãnh sát đang đứng gát dọc theo đường dẫn vào nhà thờ Phủ Cam. Hỏi thăm thì cãnh sát trả lời là có lệnh trên phái đến giữ gìn an ninh trật tự mà không biết rõ lý do gì. Lúc đó anh Song chưa biết có đảo chính ở Sài Gòn. Vào đến nhà anh Song thấy cậu Cẩn và đại tá Nguyễn Văn Hiếu đang ngồi nói chuyện dưới giàn hoa thiên lý trước mặt nhà với dáng điệu lo âu buồn rầu (Đại tá Hiếu lúc đó đang là quyền Tư lệnh Sư Đoàn 1 Bộ Binh, sau nầy lên thiếu tướng tư lệnh phó Quân Đoàn 3 rồi bị thảm sát tại Bộ Tư lệnh QĐ3) . Sau khi đại tá Hiếu ra về, anh Song liền hỏi cậu Cẩn có chuyện gì mà trông cậu không được vui thì cậu Cẩn nói ngay: **"Mi không biết chi cả sao? Đang**

có đảo chính ở Sài Gòn!" Nghe vậy, anh Song vội vàng đưa cháu Ngọc Anh về nhà, thay quân phục rồi quay trở lại nhà Cậu ở lại suốt đêm 01/11/1963 để bảo vệ an ninh cho Cậu.

Suốt đêm hôm đó, cậu Cẩn bàn với anh Song và đề nghị anh Song đến Toà Lãnh Sự Mỹ tại Huế xin cho Cậu vào tỵ nạn. Anh Song liền can gián cậu không nên tỵ nạn ở đó vì rất khó mà tin tưởng người Mỹ, ngược lại anh Song đề nghị với cậu là nên thừa dịp đêm tối anh Song và đại uý Nguyễn Thanh Ái - thuộc lực lượng Bảo An đoàn tại Huế (con trai lớn của dì Luyến) - sẽ dùng xe Jeep nhà binh đưa Cậu ra Đông Hà rồi ngược đường lên Khe Sanh qua hẳn bên Lào và sau đó tìm cách qua Pháp. Nhưng rất tiếc là cậu Cẩn đã ngần ngại không muốn đi vì lý do không muốn bỏ lại người mẹ già là cụ bà Thượng thư Ngô Đình Khả đang đau yếu. Vì vậy, cậu Cẩn đã điện thoại lên Dòng Chúa Cứu Thế Huế xin LM Trần Tử Nhãn cho cậu tạm lánh nạn một đêm tại nhà Dòng và được Cha Nhãn chấp thuận ngay. Lập tức, cậu Cẩn mang theo một va-li nhỏ đi theo anh Song băng qua đường xe lửa đi sang nhà đại uý Ái vì xe Jepp đang đậu tại đây. Đến nơi, anh Song bố trí cho đại uý Ái lái xe Jeep, anh Song ngồi bên tài xế ở băng trước, còn cậu Cẩn thì nằm trên băng sau có tấm bạt phủ kín. Khi xe qua cầu Lò Rèn – Huế thì lính canh chận lại định xét hỏi, nhưng thấy xe nhà binh do một đại uý lái, lại có vị Trung Tá ngồi bên cạnh nên không nghi ngờ và đã cho xe đi qua. Đến nhà Dòng thì đã khuya, Cha Nhãn đón tận cổng và đưa Cậu lên phòng ngũ trên lầu 1, còn anh Song nằm ngủ ngoài hành lang ngay trước cửa phòng cậu để phòng hờ bất trắc. Suốt đêm anh Song không thấy cậu Cẩn ngủ, chỉ nhai trầu bỏm bẻm. Đến sáng sớm ngày 02/11/63, cậu Cẩn và anh Song qua nguyện đường của Dòng tham dự thánh lễ Các Linh Hồn. Lễ xong thì cậu Cẩn bảo anh Song: "Thôi mi về nhà đi vì lát nữa có đại tá Đỗ Cao Trí vào đây", nhưng anh chần chừ không muốn bỏ Cậu mà đi giữa lúc nguy nan như vậy. Cuối cùng thì Cậu bảo anh Song tạm lánh mặt khi đại tá Trí đến. Sau khi đại tá Trí ra về, cậu Cẩn bảo anh Song phải dứt khoát về đi. Vì vậy anh Song phải ra về và kể từ đó anh không còn được gặp Cậu lần nào nửa".

****

Sau khi hỏi chi tiết đường đi vào nghĩa trang Bắc Việt Tương Tế nằm trong khuôn viên phi trường Tân Sơn Nhất – Sài Gòn, tôi sang nhà anh Sửu nhờ anh sang ngày mai đi cùng tôi vào tận nơi để thăm mộ và ước lượng công việc phải làm ra sao. Sáng ngày hôm sau, anh Sửu chở tôi bằng chiếc Honda dame chạy thẳng vào gần đến nơi thì có một vọng gát bên đường do hai anh bộ đội trẻ cầm sung AK ngồi gát. Tôi nói với họ xin vào thăm mộ thân nhân tại nghĩa trang Bắc Việt Tương Tế (BVTT) thì họ cho đi qua và chỉ đường đi vào. Xe chạy độ 15 phút trên các con đường quanh queọ đầy cây cỏ dại mọc um tùm, vắng hiu không người lai vãng, cũng không thấy lính bộ đội hay trại quân, chỉ có những dãy nhà lợp tôn fibre xi-măng thấp lè tè không người ở và đang mục nát. Vào đến nơi thì thấy ngay một khung cãnh hoang vu um tùm cỏ hoang và cây dại mọc đầy trên các lối đi giữa các ngôi mộ xây theo đủ kiểu khác nhau. Nơi nào còn đất trống thì thấy nhiều luống khoai sắn và chuối mọc đầy rẫy. Anh Sửu nói với tôi là hình như nơi nầy bỏ hoang phế nhiều năm không ai chăm sóc. Tôi tìm đến ngôi mộ xây to lớn nhất nghĩa trang nầy thì đúng là ngôi mộ cậu Cẩn, xây theo một mô hình lăng tẩm rất đẹp, có mái che cong vút lên cao đúc bằng bê tông rất kiên cố, với tấm bia đá cẩm thạch máu xám khắc đậm hàng chữ **"JEAN BAPTISTE CAN, 1911-1965". Tôi rất ngạc nhiên về con số 1965 ghi sai năm cậu cẩn lâm tử trên tấm bia, nên dự định khi về sẽ hỏi Cha Thí cho ra lẽ.**

Tôi đã cho gắn tấm bia cũ nầy (sai năm từ trần) vào phía sau ngôi mộ mới của ông Cố Vấn Ngô Đình Cẩn tại nghĩa trang Lái Thiêu – Bình Dương.

Đứng trước mộ cậu Cẩn, tôi thắp nhang khấn vái xin Cậu phù hộ cho tôi an toàn lo việc di dời mộ phần cậu lần nầy về nghĩa trang Lái Thiêu – Bình Dương cùng chung nơi yên nghỉ với gia đình cậu.

Hình do anh Sửu chụp lúc tôi thắp nhang cho cậu Cẩn trong lần viếng mộ đầu tiên tại nghĩa trang Bắc Việt Tương Tế.

Hình tôi do anh Sửu chụp sau khi tôi cắm hương vào bát hương trên ngôi mộ cậu Ngô Đình Cẩn.

Sau khi quan sát kỹ cách kiến trúc lăng mộ, tôi cùng anh Sửu đi vào ngôi chùa Phổ Quang nằm ngay trong khuôn viên nghĩa trang dự định thăm viếng Thượng Tọa Thích Trí Dũng để hỏi thăm vài chi tiết về việc xây ngôi mộ và hỏi thăm cách thức xin dời mộ. Vào đến nơi tôi được một người đàn ông đứng tuổi nói tiếng Bắc đang giữ chùa cho biết là Thượng Tọa đã bị bắt đi tù cải tạo ngay từ năm 1975 chỉ vì chức vụ Phó Giám Đốc Nha Tuyên Uý Phật Giáo QLVNCH, còn ngôi chùa nầy thì bị đóng cửa và hoang vắng từ năm 1975 đến nay. Người đàn ông nầy còn cho biết là nơi đây do quân đội Nhân Dân Việt Nam (QĐNDVN) quản lý và người trách nhiệm nghĩa trang nầy là một vị Trung Uý QĐNDVN, vì vậy muốn xin phép dời mộ phải làm đơn trình lên ông Trung Uý đó.

Rời khuôn viên Tân Sơn Nhất, anh Sửu chở tôi đến thẳng Công Ty Vệ Sinh thành phố Sài Gòn rồi ngồi trên xe Honda đợi tôi ngoài cổng. Tôi vào Công Ty xin gặp ông Chín Nhơn (Phó Giám Đốc công ty) để hỏi thăm cách thức làm thủ tục và nhờ giúp đở việc xin dời mộ cậu Cẩn về Lái Thiêu. Ông Chín Nhơn tiếp tiếp tôi khá thân mật trong văn phòng riêng biệt chỉ có một bàn giấy của một mình ông thôi và tỏ ý hài lòng khi thấy 3 ngôi mộ mới của gia đình cố TT Diệm đã được xây cất tươm tất. Sau khi nghe tôi trình bày mục đích đến gặp ông hôm nay để xin phép dời mộ cụ Ngô Đình Cẩn về nghĩa trang Lái

Thiêu, ông tỏ vẻ ngạc nhiên: *"Té ra còn một ngôi mộ nữa của gia đình nầy tại Tân Sơn Nhất. Nếu mà tôi biết trước thì kỳ rồi đã yêu cầu anh dời luôn một lúc cho dễ dàng và thuận lợi vì mình làm theo lịnh của thành phố nên tôi có thể mượn cớ can thiệp với họ"*. Nói xong ông tỏ vẻ đăm chiêu suy nghĩ một lúc rồi nói ngay: *"Anh Sơn không biết chứ nghĩa trang BVTT đó nằm trong khuôn viên cảng Tân Sơn Nhất do bộ đội quản lý, chỉ có họ mới có quyền cho phép hay không, chứ Công Ty tôi không có quyền, nhưng tôi tin là họ sẽ cho anh dời đi cho khuất mắt họ, vậy anh cứ đến đó liên hệ với họ xem sao"*. Thấy tôi có vẻ thất vọng, ông Chín Nhơn an ủi: *"Phần tôi sẽ giúp anh xin được lô đất cận kề các ngôi mộ của gia đình tại nghĩa trang Lái Thiêu. Lát nữa đây tôi sẽ điện thoại dặn trước anh Bảy – trưởng đội mai táng của nghĩa trang Lái Thiêu – sắp xếp cho anh. Vậy anh nên xuống đó gặp anh Bảy sớm để làm thủ tục"*. Tôi cảm ơn ông và từ giả ra về. Trên đường về, anh Sửu chở tôi ghé ngang dòng Chúa Cứu Thế tại đường Kỳ Đồng – SG để tôi tóm tắt diễn tiến sự việc vừa qua cho Cha Thí biết và mời Ngài cùng đi xuống nghĩa trang Lái Thiêu chọn đất cho ngôi mộ cậu Ngô Đình Cẩn vào ngày mai. Nhân dịp nầy tôi hỏi thăm Cha Thí **vì sao tấm bia trên mộ cậu Cẩn trong trang Bắc Việt Tương Tế ghi sai năm cậu lâm tử là 1965?** Cha Thí nói là Ngài không rõ là ai đã khắc tấm bia và ghi sai như vậy, **đúng ra là năm 1964**, nhưng người đứng ra xây cất ngôi mộ thật tươm tất chính là TT Thích Trí Dũng, một bạn học từ thuở thiếu thời của cậu Cẩn, lúc đó đang trụ trì chùa Phổ Quang.

Sau đó vào khoảng giữa tháng 10 – 1983, cha Thí đưa cho tôi cái đơn xin dời mộ do chị Lý từ Huế gởi vào. Hôm sau, tôi cầm đơn đi ngay lên nghĩa trang BVTT tìm đến người đàn ông đang giữ chùa Phổ Quang nói trên. Ông nầy bảo tôi ngồi chờ trên bậc thềm ngôi chùa Phổ Quang đang đóng cửa đó, rồi cầm đơn đi tìm viên Trung Uý quản lý khu vực quân sự. Khoảng nửa giờ sau ông trở lại với một sỹ quan bộ đội đòi xem thẻ Chứng Minh Nhân Dân (CMND) – (trước 1975 gọi là Thẻ Căn Cước / ID Card) của tôi rồi không trả lại mà bỏ vào túi quay ra đi luôn với thái độ rất căng thẳng & không chút gì là dễ dàng… Người đàn ông đang giữ chùa quay sang bảo tôi *"về đi rồi vài hôm lên đây để xem sao đã"*. Tôi lo quá không biết họ đối xử ra sao, nhưng đành phải ra về chứ không biết làm sao hơn. Về nhà, suốt 3 tuần lễ, tôi & nhà tôi lo lắng không biết làm sao lấy lại CMND và làm sao để được phép dời ngôi mộ ra khỏi nơi hung hiểm đó, nhưng không dám nói cho nhạc phụ và nhạc mẫu tôi nghe vì sợ tuổi già lo lắng quá không tốt. Thấy tôi ở nhà suốt cả 3 tuần lễ, nhạc phu tôi hỏi sao không thấy tôi đi lo công việc dời mộ, tôi đành đạp xe đạp một mình vào lại ngôi chùa tìm người đàn ông giữ chùa để hỏi thăm và năn nỉ xem có được cho phép dời mộ và làm sao để nhận lại CMND. Gặp tôi ông nầy gợi ý là nên lo việc bồi dưỡng tốt thì ông ta sẽ dàn xếp giùm cho. Nghe ông nói huyên thuyên là ông rất thân với ông Trung Uý đó nên sẽ giúp tôi dời mộ dễ dàng, còn cái CMND của tôi thì trước sau gì họ cũng trả lại. Nghe thế, tôi cảm thấy bớt lo lắng và hy vọng là nếu có thêm 1 số tiền bồi dưỡng cho họ ngoài chi phí thì việc dời mộ cậu Cần có thể xong. Ông ta còn trấn an tôi *"về nhà lo liệu đi rồi mai lên đây thu xếp"* nên tôi hiểu ý ngay. Tôi vội nói cho ông ấy biết là tôi cần có thời gian để lo liệu tiền nong cho đủ, xong tôi chào ông ta và đạp xe đi về sau khi nghe ông ta dặn với theo *"sớm nhé"*.

Về nhà tôi nói cho nhà tôi nghe sơ qua, rồi hôm sau hỏi nhạc mẫu tôi lấy thêm một số tiền mang theo và đến nhà anh Sửu nhờ anh chở bằng xe Honda đi vào nghĩa trang BVTT tìm ông giữ chùa để nhờ ông lo liệu, vì tôi thật sự là không dám đi một mình vào đó. Anh Sửu có mang theo một bó nhang to. Vào đến nơi tôi thắp nhang cắm trên mộ thì mùi nhang tỏa thơm chung quanh nên ông giữ chùa lò dò tìm tới xem và khi thấy tôi ông ta chào hỏi có vẻ tử tế hơn hôm trước. Anh Sửu thấy vậy nên trao máy hình cho ông ta nhờ chụp giùm một tấm hình cho tôi và anh Sửu.

Anh Sửu (bên tay phải) và tác giả (bên tay trái) đứng bên cạnh tấm bia trên lăng mộ cậu Cẩn tại nghĩa trang Bắc Việt Tương Tế bên trong khuôn viên chùa Phổ Quang (Hình do ông giữ chùa chụp giùm).

Xong tôi dặn anh Sửu ngồi nơi đây đợi tôi đi cùng ông ta vào mái hiên ngôi chùa Phổ Quang để tôi trao xấp tiền bồi dưỡng nhờ ông ta lo liệu công việc hôm nay giùm. Nhận tiền xong ông ta vui vẻ dặn tôi cứ ra chỗ ngôi mộ ngồi chờ ông ta trở lại. Anh

Sửu & tôi chờ khoảng 45 phút thì ông ta trở lại với chính ông Trung Úy QĐNDVN đã tịcth thu và giữ CMND của tôi trong hơn 3 tuần vừa qua. Chào hỏi sơ qua xong ông Trung Uý nầy lặng lẻ thò tay vào túi rút cái CMND đưa trả lại tôi và không nói gì về lý do tại sao đã giữ CMND của tôi gần 2 tuần lễ. Cất vào túi xong, tôi hỏi ngay về việc có cho phép tôi vào dời mộ hay không thì ông ta vui vẻ trả lời là cho phép, nhưng không được đem công nhân bốc mộ bên ngoài vào khu vực quân sự nầy và bắt buộc phải mướn toán công nhân bốc mộ của nghĩa trang nầy. Tôi hiểu ngay là phải qua ông giữ chùa mới xong. Tôi hỏi thêm là bao giờ tôi có thể dời mộ và tôi được phép đem theo bao nhiêu thân nhân của người quá cố. Ông Trung Úy trả lời là trong vòng vài tuần từ hôm nay và cho phép tôi đi với 6 người thân nhân là tối đa. Tính thầm trong bụng thì hôm nay đã là 20/11/1983, nên tôi xin ông Trung Uý cho tôi dời mộ vào ngày 30/11/1983 để có được 10 ngày chuẩn bị kịp nơi chôn cất thì được ông ấy chấp thuận và dặn tôi là đúng 7 giờ sáng ngày 30/11/1983 phải đến tại cổng vào khu nghĩa trang BVTT để ông đích thân kiểm tra người và vật liệu mang vào cho việc dời mộ. Tôi hứa với ông ta là sẽ đến đúng giờ và trao tiền ngay cho ông giữ chùa nhờ mướn toán nhân công bốc mộ của nghĩa trang theo giá họ đã định sẵn. Tôi cũng không quên trao thêm 20% tiền bồi dưỡng (**chữ "bồi dưỡng" hay còn gọi là "bôi trơn" có nghĩa là tiền hối lộ cho cán bộ chức quyền của CSVN để việc xin cho được chấp thuận**) trước để họ phân chia cho nhau hầu mọi việc được trôi chảy êm thắm và tránh rắc rối có thể xãy như việc tịch thu CMND vừa rồi. Tất cả mọi việc ở đây tại thời buổi 1983 đó đều do họ nói miệng mà không hề có một giấy tờ cho phép nào cả mới là điều lạ lùng. Anh Sửu nói ngay với tôi trong lúc chở tôi ra khỏi nghĩa trang BVTT: "*Đúng là ơn trên đã giúp anh qua khỏi khó khăn nầy*".

Rời khu Tân Sơn Nhất, tôi nhờ anh Sửu chở đi xuống nhà thờ DCCT đường Kỳ Đồng – SG để thông tin cho Cha Thí biết ngày dời mộ cậu Cẩn và chuẩn bị mọi việc. Sau khi nghe tôi kể lại mọi việc sang nay trên nghĩa trang, Cha Thí nói là suốt từ hôm đó đến nay ngày nào dâng lễ Cha cũng cầu xin Chúa cho công việc nầy được hoàn thành trong yên bình, nay thì gần như đã có kết quả tốt. Cha Thí nói với tôi là sẽ tin ngay ra Huế và Long Khánh cho hai chị em Soeur Trương Thị Lý & Soeur Trương Thị Tá là cháu ruột của cậu Cẩn vào cho kịp ngày 30/11/1983 nầy, ngoài ra nên mời Dì Luyến & Dì Thận cùng đi đưa quang tài cậu Cẩn về an táng tại nghĩa trang Lái Thiêu. Ngài còn dặn tôi là nếu chỉ có 5 người được phép đi theo tôi vào nghĩa trang BVTT thì ngoài 4 người nói trên phải để anh Sửu đi theo tôi cho có bạn thì anh Sửu hiểu ý và vui vẻ bằng lòng ngay. Phần Cha Thí sẽ mời cha Nguyễn Văn Thục cùng đi với Nhạc phụ tôi đến Lái Thiêu trước giờ hạ huyệt để làm lễ cho Cậu Cẩn.

Ngày hôm sau, tôi mang theo tiền do Dì Luyến đưa và mời Cha Thí đi cùng xuống lại nghĩa trang Lái Thiêu – Bình Dương (tên trước năm 1975 là nghĩa trang Quãng Đông) để tìm chọn đất đời mộ cậu Cẩn về nằm cạnh mộ bà Cụ thân mẫu và hai người anh của cậu là cố TT Ngô Đình Diệm và ông cố vấn Ngô Đình Nhu. Người chở tôi đi là anh Sửu. Đến nơi anh Bảy là đội trưởng quản lý và mai táng của nghĩa trang nói là anh đã biết vụ nầy do chú Chín Nhơn (Phó GĐ công ty Vệ Sinh Thành Phố Sài Gòn - tên cũ trước 1975 là Sở Vệ Sinh Đô Thành) đã chỉ thị trước đây mấy tuần, nhưng chờ mãi không thấy tôi đến. Tôi cho anh biết là vì kẹt công việc nên hôm nay mới đến đây cùng với Bác Thí để xin anh cấp cho lô đất và chuẩn bị cho việc mai táng. Anh vui vẻ nhận lời và đi cùng tôi với Cha Thí ra khu đất đã an táng cố TT Ngô, ông Cố Vấn Ngô Đình Nhu và cụ bà Thân Mẫu của cố TT Ngô Đình Diệm. Nơi đó đã có mấy ngôi mộ mới dời từ nghĩa trang Mạc Đĩnh Chi xuống đây nằm bên tay trái, nên tôi đành phải chọn lô đất cùng dãy nhưng cách biệt đến 5, 6 ngôi mộ khác. Trở vào văn phòng đội mai táng tôi trao tiền mướn đào huyệt & xây kim tĩnh và mai táng cho anh Bảy và anh Chẩy (đội phó), kèm với món tiền bồi dưỡng hậu hỉ. Cả hai anh nầy hứa mọi việc sẽ sẵn sàng trước ngày 30/11/1983 là ngày dời mộ. Ngoài ra hai anh nầy còn cho tôi biết là sau khi an táng xong, tôi không được mướn nhà thầu nào khác đến đây xây mộ, vì mới đây huyện Lái Thiêu – Bình Dương đã cho giấy phép một bà chủ thầu đến đây độc quyền thầu xây mộ cho nghĩa trang nầy nên ai ai dời mộ từ SG về đây cũng phải mướn họ, nếu không thì khó khăn lắm. Bà chủ thầu nầy cũng đã dựng một nhà tạm ở gần lối đi vào nghĩa trang từ mấy tháng nay để nhận hợp đồng. Tôi trả lời anh Bảy & anh Chẩy là tôi sẽ hợp đồng mướn họ xây mộ, nhưng phải chờ sau khi an táng xong đã.

Trên đường về lại SG, trước khi chia tay Cha Thí dặn tôi là từ nay đi công việc nhớ phải có anh Sửu đi cùng chứ đừng đi một mình, anh Sửu hiểu ý Ngài nên lên tiếng: *"Cha yên tâm, con đi theo sát anh Sơn cho đến khi xong việc"*. Sau bửa cơm trưa tạm ngoài quán ven đường, anh Sửu đi cùng tôi đến công ty Vệ Sinh Thành Phố Sài Gòn để mua và thuê mướn công cụ nhà đòn gồm việc đặt làm 1 quang tài bằng gỗ tốt có gắn cây Thánh Giá, mướn 1 xe đưa tang chở quang tài. Sau đó anh Sửu chở tôi vào Chợ Lớn tìm mua 1 tấm vải màu đỏ lớn bằng 3 lần quang tài. Tất cả đều trôi chảy và êm thắm để chuẩn bị cho ngày dời mộ cậu Cẩn vào 30/11/1983.

Chiều ngày 29/08/1983, Cha Thí đi với Chú Bằng (cựu Tuỳ Viên của cố TT Ngô) đến nhà nhạc phụ tôi để cho biết là Soeur Trương Thị Lý không mua được vé vào kịp, chỉ có em ruột là Soeur Trương Thị Tá (Trương Thị Ba) ở Long Khánh đã vào và đang cư ngụ tại nhà Dòng Mến Thánh Giá Chí Hòa, như vậy còn dư 1 chỗ nên để cho Chú Bằng tham dự. Tôi đồng ý ngay thì chú Bằng rất vui vì được tham gia dời mộ người chú nuôi của mình là Cậu Ngô Đình Cẩn (*Chú bằng là con nuôi cụ Thượng thư Ngô Đình Khôi, anh cả của cố TT Ngô*). Cha Thí kiểm lại và nói với nhạc phụ tôi là số người đi theo anh Sơn vào nghĩa trang BVTT gồm Soeur Tá, Dì Luyến, Dì Thận, Chú Bằng, anh Sửu và chị Ngãi (con gái Dì Luyến hiện đang sinh sống tại Mỹ, 2015). Sau đó tôi đi mướn 1 xe Lambretta để sáng hôm sau chở tất cả 6 người thân nhân đi vào vào nghĩa trang BVTT, vì anh Sửu dự định chạy xe Honda theo sau hộ tống.

Sáng sớm hôm 30/11/1983 đó, anh Sửu là người đến nhà nhạc phụ tôi sớm nhất khoảng 5 giờ sáng, sau đó là Chú Bằng, Dì Luyến và Chị Ngãi và Soeur Trương Thị Tá (Trương Thị Ba). Nhạc Mẫu tôi mang theo một số tiền mặt trong giỏ xách cùng tôi và tất cả mọi người lên chiếc xe Lambretta đi vào cổng nghĩa trang BVTT phía Tân Sơn Nhất, có anh Sửu chạy xe Honda theo sau. Đến vọng gác canh cửa vào khu quân sự thì gặp viên Trung Uý quản lý khu vực ở đó và chiếc xe tang chở cổ quang tài thật đẹp và thật chắc. Viên Trung Uý nói với tôi là ông cần kiểm tra tất cả trước khi cho mọi người vào khu quân sự nầy, do đó anh tài xế xe tang phải dở nắp quang tài cho ông ấy khám xét. Xong xuôi việc kiểm tra người và khám xét, mọi người lên xe tang ngồi hai bên quang tài, còn xe Lambretta chạy ngược về bến. Xe vào cổng chạy chừng 15 phút quanh quẹo trên các con đường vắng vẻ hoang tàn và um tùm lau lách thì vào đến nơi gần mộ cậu Cẩn. Chú Bằng thắp nhang trao cho tôi khấn vái Cậu để xin phép khai mộ dời về Lái Thiêu ngày hôm nay.

Tác giả khấn bái cậu Ngô Đình Cẩn và xin phép dời mộ Cậu về Lái Thiêu đoàn tụ cùng cụ bà Thân Mẫu và hai vị bào huynh của Cậu.

Sau khi mọi người thắp nhang cẩn bái trước mộ, tôi lấy làm lạ là toán nhân công khai mộ vẫn yên lặng thõng tay đứng nhìn nên tôi hỏi người trưởng toán là vì sao chưa chịu khai mộ. Anh trưởng toán mới gãi đầu gãi tai ấp úng nói là "Ông nầy lớn lắm, chúng tôi đâu dám đập mộ, phải là người nhà khai mộ, thì chúng tôi mới dám làm theo". Nghe vậy, Soeur Tá đứng cạnh mới nói theo: **"Thôi anh Sơn khai nhát búa đầu tiên cho họ mạnh dạn làm việc cho xong sớm kẻo Cha Thí ngài đang chờ dưới Lái Thiêu".** Tôi đành mím môi ráng hết sức nâng chiếc búa tạ bự sư do anh trưởng toán đưa qua đập xuống nắp kim tĩnh nhát búa đầu tiên thì ngay sau đó toán công nhân mới dám áp vào đập phá phần bê tông cốt sắt của kim tĩnh.

Bốn nhân công bốc mộ đang thi hành phận sự.

Vì ngôi mộ đã được xây cất khá chắc chắn 20 năm trước nên toán công nhân 4 người nầy mất hơn 2 giờ mới đem được quang tài cậu Cẩn lên mặt đất, trong khi đó Chú Bằng và anh Sửu giúp trãi vãi liệm màu đỏ trong cổ quang tài mới. Quang tài cũ bằng gỗ khá tốt nên công nhân phải khó khăn một lúc mới mở được nắp. Bên trong mọi thứ vãi liệm và trà khô đều đã mục nát chỉ còn nguyên bộ xương người màu trắng và một mớ tóc.

Toán nhân công bốc mộ đem nguyên tóc và xương sắp xếp qua quang tài mới, xong phủ kín bằng vãi liệm màu đỏ và đóng nắp quang tài.

Sau khi đóng nắp quan tài, mọi người bắt đầu vây quanh quang tài cúi đầu đọc kinh cầu nguyện cho Cậu Cẩn một lúc lâu trước khi di quang đi Lái Thiêu.

Từ trái sang phải: Dì Nguyễn Thị Luyến, cụ bà Nguyễn Thị Ngân (nhạc mẫu tôi), chị Ngãi (con dì Luyến), Soeur Trương Thị Tá, Tác giả và cựu đại uý Bằng.

Ngay sau khi buổi cầu nguyện ngắn chấm dứt, bốn người công nhân toán bốc mộ nâng quang tài đưa vào xe tang. Trên xe tang đưa quang tài cậu Cẩn về Lái Thiêu đoàn tụ với Thân Mẫu và hai vị Bào Huynh chỉ có 6 người ngồi hai bên quang tài là Chị Tá, Dì Luyến, Dì Thận (nhạc mẫu tôi), Chú Bằng, Chị Ngãi và tôi. Xe chạy trong 15 phút thì ra khỏi cổng thẳng đường xuống Lái Thiêu qua ngã xa lộ Đài Hàn (tên con đường bao quanh SG do công binh Đại Hàn làm từ trước 1975). Đến nơi đã có toán mai táng của anh Bảy, Cha Nguyễn Văn Thục, Cha Lê Văn Thí và những người quen biết của Cha Thí, cụ Nguyễn Văn Thận (nhạc phụ tôi) và anh Sửu đã chờ sẵn.

Xe tang chở quang tài cậu Cẩn vừa đến nghĩa trang Lái Thiêu đậu trên đường chính bên cạnh chiếc xe Van màu đỏ chở Cha Thí, Cha Thục và nhạc phụ tôi từ Sài Gòn đến đây trước.

Tôi & Nhạc Phụ - cụ Nguyễn Văn Thận đang kiểm tra mọi sự cho sẵn sàng bên kim tĩnh trược khi hạ huyệt, trong khi Cha Thí, Cha Thục, Nhạc mẫu Nguyễn Thị Ngân đang nghiêm trang cẩn cáo với anh linh cố TT Ngô rằng: "Hôm nay cậu Cẩn được đưa về về nằm gần Bà Cố (thân mẫu của cậu Cẩn) và hai cậu Diệm-Nhu (anh ruột cậu Cẩn)".

Sau khi kiểm tra Kim Tĩnh, tôi đã cho toán mai táng di chuyển quang tài từ xe tang vào khuôn viên ngôi mộ để chuẩn bị việc hạ huyệt như hình ảnh bên dưới đây:

Hai hình ngay bên trên ghi lại sự việc thân nhân đang im lặng cầu nguyện cho cậu Cẩn ngay trong lễ hạ huyệt đưa quang tài xuống kim tĩnh.

Đang làm lễ hạ huyệt đưa quang tài cậu Cẩn vào an táng trong kim tĩnh.

Quang tài cậu Cẩn đang hạ huyệt vào an táng trong kim tĩnh.

Trong hình chụp ngay bên trên, tôi được uỷ thác thay mặt thân nhân thắp nhang tiễn biệt cậu Cẩn vào Kim Tĩnh an giấc nghìn thu cùng thân quyến tại Nghĩa Trang Lái Thiêu tỉnh Bình Dương, trước sự chứng kiến của dì Luyến – Mệ Luyến (tay cầm nón), Soeur Trương Thị Tá (áo đen bên góc trái), nhạc mẫu tôi – cụ bà Nguyễn Thị Ngân (cầm dù), Cha Thí (áo sơ mi nâu) và nhạc phụ tôi – cụ Nguyễn Văn Thận (áo sơ mi trắng).

Sau khi tôi thắp nhang khấn vái cho cậu Cẩn yên nghĩ, Cha Lê Văn Thí và Cha Nguyễn Văn Thục cử hành thánh lễ âm thầm và đơn giản bên cạnh kim tĩnh chứa quang tài cậu Cẩn trước khi đóng nắp kim tĩnh, như hình ảnh nầy:

Cha Lê Văn Thí và cha Nguyễn Văn Thục cùng thân nhân đang âm thầm cầu nguyện cho cậu Cẩn trước khi đóng nắp kim tĩnh. Từ trái sang phải: Tôi, anh Sửu, chị Ngãi (con gái dì Luyến, hiện đang sống tại Mỹ), dì Luyến, cha Nguyễn Văn Thục (ngay sau lưng dì Luyến), Soeur Trương Thị Tá / Trương Thị Ba, nhạc mẫu tôi – cụ Nguyễn Thị Ngân, cha Thí (áo nâu), Nhạc phụ tôi – cụ Nguyễn Văn Thận (áo sơ mi trắng) và chú Bằng (cựu đại uý tuỳ viên của cố TT Ngô, đang quỳ).

Thánh lễ cầu nguyện âm thầm cho cậu Cẩn vẫn tiếp diễn khi toán mai táng đổ cát vào kim tĩnh.

Tôi đang cúi mình bỏ cát vào kim tĩnh cậu Cẩn trước khi lấp đất.

Sau cùng tôi bỏ một nắm cát vào kim tĩnh trước khi cho toán mai táng đổ từng cần xé cát lấp đầy kim tĩnh và đúc bê tông nắp đậy kim tĩnh. Đến đây Cha Thí, Cha Thục, nhạc phụ tôi và mọi người lên xe trở về Sài Gòn. Riêng tôi còn ở lại đợi toán mai tang đúc bê-tông nắp đậy kim tĩnh xong mới đi gặp nhà thầu độc quyền xây cất mộ phần tại nghĩa trang Lái Thiêu để đặt cọc việc xây ngôi mộ mới cho cậu Cẩn vào ngày mở cửa mã theo phong tục Việt Nam là ngày 02/12/1983.

Nắp bê tông đậy trên kim tĩnh.

Sau khi hạ huyệt, Cha Lê Văn Thí âm thầm cử hành thánh lễ an táng cho cậu Cẩn với sự tham dự của 6 thân nhân là Soeur Trương Thị Tá / Trương Thị Ba (cháu gọi bằng cậu ruột, cụ bà Nguyễn Thị Luyến (Mệ Luyến / Dì Mệ - chị em bạn dì ruột), cụ bà Nguyễn Thị Ngân (nhạc mẫu tôi – chị em bạn dì ruột của cậu Cẩn), chị Ngãi (con gái dì Luyến), chú Bằng (cháu gọi cậu Cẩn bằng chú nuôi) và tôi (gọi cậu Cẩn bằng cậu theo bên vợ).

Tôi không biết số phận của ông cố vấn Ngô Đình Cẩn thời sinh tiền khó khăn ra sao, nhưng khi xây lăng mộ sau khi cải táng thì khó khăn chất ngất. Làm theo lời dặn của dì Luyến: *"Con cứ xây ngôi mộ Cậu Cẩn cho uy nghi xứng đáng dù tốn kém bao nhiêu dì cũng chịu hết"*, tôi vẽ kiểu lăng mộ Cậu cao đến 2 mét rưởi, tô đá mài màu nâu đỏ, dựng bia đá cẩm thạch màu trắng như sau:

Trên tấm bia cẩm thạch nầy tôi vẫn phải cho khắc năm từ trần của cậu Cẩn là 1965 (dù không đúng) y theo tấm bia đá cũ do TT Thích Trí Dũng khắc 19 năm trước khi được gia đình ủy thác việc an táng và chăm sóc mộ cậu Cẩn trong khu vườn chùa Phổ Quang bên trong nghĩa trang Bắc Việt Tương Tế nằm tại khu quân sự Tân Sơn Nhất Sài Gòn. Tấm bia cũ nầy tôi đã cho mang theo khi dời mộ Cậu về Lái Thiêu để gắn phía sau lăng mộ mới như một chứng tích về sự cố ý khắc sai năm mất một cách rất khôn ngoan của TT Thích Trí Dũng để tránh việc hận thù của tiểu nhân (xem hình bên tay phải ngay bên dưới). Với dòng chữ "JEAN BPTISTE CAN 1911-1965", TT Trí Dũng đã ẩn dấu được ngôi mộ cậu Cẩn suốt 19 năm từ 1964 đến 1983 tại khu vườn ngôi chùa nhỏ bé Phổ Quang. Vì vậy tôi đã

làm theo ý tưởng khôn ngoan đó cho tấm bia mộ của cậu Cẩn tại Lái Thiêu.

Trong Hai tầm hình ngay bên trên là bia đá cẩm thạch trắng của ngôi mộ ông cố vấn Ngô Đình Cẩn tại nghĩa trang Lái Thiêu từ 1983 đến nay (trên) và tấm bia cũ từ 1964 đến 1983 gắn phía sau lăng mộ tại Lái Thiêu (hình dưới).

Cho dù các bia mộ tại Lái Thiêu chỉ khắc các dòng chữ **"GIOAN BAOTIXITA HUYNH", "GIACÔBÊ ĐỆ" và "JEAN BAPTISTE CAN" để không công khai các ngôi mộ nầy ra bên ngoài gia quyến,** nhưng sau khi an táng tại Lái Thiêu được vài tháng thì công chúng cũng đã biết rõ 3 ngôi mộ của cố TT Ngô Đình Diệm và 2 vị bào đệ là ông Ngô Đình Nhu và ông Ngô Đình Cẩn từ 1984 cho đến nay.

Nhà thầu độc quyền xây mồ mã cho nghĩa trang Lái Thiêu là sân sau của Bí Thư Huyện Uỷ Lái Thiêu, tỉnh Bình Dương – bí thư Sáu Tỵ (thời điểm đó cán bộ CSVN thường dùng bí danh như Sáu Dân, Bảy

Trấn, Tư Văn, ... nên tôi không biết tên thật của ông bí thư Huyện Ủy Lái Thiêu). Nhà thầu nầy đã nhận lời với tôi đứng ra bao thầu tất cả công việc xây cất ngôi lăng mộ cậu Cẩn trong vòng 2 tuần lễ theo giá cả đôi bên thỏa thuận dựa trên bản thiết kế của tôi. Sau mười ngày khởi công, họ mới xây xong phần gạch nung chứ chưa tô đá mài thì bị ông bí thư huyện ủy Lái Thiêu là ông Sáu Tỵ cho lệnh nhà thầu đình chỉ xây cất, vì độ cao của lăng mộ làm ông ta thấy chướng mắt mỗi khi đi ngang qua nghĩa trang nầy. Vì nghĩa trang Lái Thiêu thuộc huyện Lái Thiêu tĩnh Bình Dương nên nhà thầu không dám cãi lệnh ông Bí Thư huyện Lái Thiêu nầy. Theo bà chủ nhà thầu cho tôi biết thì ông Sáu Tỵ đòi bà ta phải đưa tôi đến gặp ông ta để nghe lệnh. Biết là khó khăn với địa phương huyện Lái Thiêu – tỉnh Bình Dương - có thể dẫn đến nguy hiểm và tù đày do chính sách địa phương cát cứ của CSVN vào thời điểm nầy nên tôi nhờ anh Sửu chở tôi đi gặp ông Chín Nhơn, Phó Giám Đốc công ty Vệ Sinh Sài Gòn để xin giúp đỡ và can thiệp. Ông Chín Nhơn là đại diện cho Hà Nội theo dõi mọi diễn tiến và ký các giấy tờ cho phép tôi đứng ra di dời các ngôi mộ gia đình cố TT Ngô Đính Diệm và đã từng nói với tôi là có gì khó khăn cứ đến gặp ông ta để được giúp đỡ. Tại văn phòng tôi đưa bản vẽ thiết kế ngôi mộ cậu Cẩn và tường thuật mọi việc cho ông Chín Nhơn nắm vững tình trạng khó khăn khi đang xây cất mà bị địa phương gây trở ngại và không cho xây cao 2 thước rưỡi theo đúng kích thước trong bảng thiết kế. Nghe xong, ông Nhơn nói: *"Chú hiểu rồi, họ kiếm cớ làm khó dễ, chứ đâu có quy định nào về độ cao đâu. Nhưng vì trung ương quy định là những ngôi mộ của các Ông nầy phải dời về nghĩa trang Lái Thiêu* nên họ không dám cãi mà chỉ kiếm các lý cớ lặt vặt gây khó dễ theo ý đồ riêng tư của họ. Tình trạng địa phương cát cứ thế nầy đành chịu thôi. Tuy vậy theo chú thì anh Sơn nên đi với nhà thầu đến gặp ông Sáu Tỵ đó xem thực sự ông ta muốn gì". Vì yếu bóng vía nên tôi hỏi ông Chín Nhơn xem có rủi ro tôi bị ông Sáu Tỵ bắt giam hay không? Ông Nhơn nói: *"Không đâu, nó không dám đâu vì trung ương cho phép anh dời và xây cất tử tế các ngôi mộ nầy tại Lái Thiêu".* Nghe nói thế tôi yên tâm đi theo bà chủ thầu xây cất cùng với anh Sửu đến nhà ông Sáu Tỵ (Sau vụ bị chính quyền huyện Lái Thiêu mướn côn đồ xã hội đen hành hung khi xây mộ cố TT Ngô hồi tháng trước, thì anh Sửu tình nguyện đi theo sát bên tôi trong công việc nầy). Khi gặp được ông Sáu Tỵ nầy tôi mới biết được rằng Bí Thư huyện thực tế chỉ là anh bần cố nông cộng sản đi tập kết trở về nắm quyền cát cứ 1 huyện, nhưng không biết gì về hành chánh quản trị, chỉ biết duy ý chí như ông vua con địa phương. Cả 3 chúng tôi (bà chủ thầu xây cất, anh Sửu và tôi) đành ngồi im nghe ông ta lên lớp toàn những lời cực đoan vô học nói về chế độ VNCH tại miền Nam trước 1975. Nào là "..., *hồi nào làm vương làm tướng chưa đủ sao giờ chết rồi còm muốn xây mã cho cao to, ai cho phép xây cao to như thế, đập bỏ hết đi, còn cao 1 thước thôi, v.v...*". Tôi không dám đôi co hay gây sự với hạng người nầy nên đành cáo từ ra về trong lo âu & sợ hãi và cũng không hiểu rõ ý đồ của cái ông Sáu Tỵ nầy là cái gì. Điều duy nhất tôi nghe bà chủ nhà thầu xây cất nói là vì thù ghét chế độ đệ I Cộng Hoà của cố TT Ngô nên ông Sáu Tỵ không cho phép xây cất khang trang ngôi mộ bào đệ của cố Tổng Thống NGÔ là cậu Ngô Đình Cẩn.

Mọi việc xây cất ngôi mộ đều bị ông Sáu Tỵ ra lệnh đình chỉ từ ngày hôm đó cho đến 2 tuần sau. Trong thời gian nầy vợ chồng tôi hết sức lo lắng, không biết nhà cầm quyền địa phương Lái Thiêu của ông lãnh chúa Sáu Tỵ có để cho tôi được an toàn không. May là sau đó 2 tuần lễ, bà chủ thầu đến gặp tôi cho biết là ngày hôm kia ông Sáu Tỵ có đến tại hiện trường bắt công nhân của bà ta đục bỏ các lớp gạch trên cao từ 2.5 mét xuống còn 1.8 mét rồi bỏ đi. Đến ngày hôm sau bà ta lên huyện Lái Thiêu thương thảo sao đó nên ông ta cho phép tiếp tục xây cất cho xong ngôi mộ chỉ có độ cao 1 thước 8 tấc tây tính từ nền mộ, chỉ đủ chỗ gắn cái hộc bia như hình ngay bên dưới đây.

Sau nhiều tuần lễ bị cấm tiếp tục xây cất cho xong ngôi mộ cậu Cẩn, bây giờ nghe tin từ bà chủ hãng thầu bảo là ông Sáu Tỵ cho xây tiếp cho xong, nhưng không được cao quá 1 thước 8, thì chúng tôi đành phải chấp nhận. Cuối cùng thì gia đình đành phải theo lệnh của Bí Thư huyện Lái Thiêu là ông Sáu Tỵ nói trên để có thể hoàn tất ngôi mộ Cậu Ngô Đình Cẩn vào ngày 30 Tháng 12 năm 1983 chỉ cao 1,80 mét, sai với họa đồ và mất đi khiếu thẩm mỹ. Như vậy từ ngày an táng cậu Cẩn 30/11/1983 tới lúc xây xong mộ phần mất đúng 1 tháng với nhiều sự đe dọa và khó khăn từ phía nhà cầm quyền huyện Lái Thiêu – tỉnh Bình Dương. Để có thể ghi nhớ chứng tích sau nầy và tránh việc ngộ nhận về sau, tôi cho nhà thầu khắc 1 bia đá hoa màu đen ghi hàng chữ **"Mộ Bà Cụ, Ông Huynh, Ông Đệ Dời Từ Nghĩa Trang Mạc Đĩnh Chi Về Đây 28-7-1983.**

Mộ Ông Can Dời Từ Nghĩa Trang Bắc Việt Tương Tế 30-11-1983. Người Dời Và Lập Mộ LÝ THI SON", gắn trước ngôi mộ cậu Cẩn như hình chụp bên dưới và đang được lưu giữ trong gia đình thân nhân họ NGÔ ĐÌNH tại hải ngoại. Ba chữ "LÝ THI SON" thì chữ LÝ chỉ rõ người đứng đơn xin di dời là Soeur TRƯƠNG THỊ LÝ". Chữ THI (cố ý không bỏ dấu sắc, vì lý do an toàn) là tên Cha LÊ VĂN THÍ người thay mặt gia đình cố Tổng Thống giao trách nhiệm thực hiện công việc cho tôi (Cha Thí nhận lời ủy thác của dì Bác – bà Ngô Đình Thị Hiệp, em gái TT NGÔ đang ở Úc Châu thời đó) và chữ SON là tên tôi cũng không bỏ dấu ơ để tránh bị công an theo dõi, người thực hiện công việc di dời 4 ngôi mộ nầy từ đầu đến cuối.

Đây là hình tấm bia cũ mang từ Nghĩa Trang Bắc Việt Tương Tế về gắn phía sau tấm bia mộ ông Ngô Đính Cẩn tại nghĩa trang Lái Thiêu.

Ngay bên trên là hình ảnh chụp thẳng từ phía trước ngôi mộ của cậu Ngô Đính Cẩn đã xây xong vào ngày 30 Tháng 12 Năm 1983 tại nghĩa trang Lái Thiêu – tỉnh Bình Dương, nay có tên mới là nghĩa trang Dĩ An thuộc thành phố Biên Hòa. Hình ngay bên dưới được chụp sau ngày an táng khoảng 8 năm (1991).

Mộ Bà Cụ, Ông Huynh, Ông Đệ dời từ Nghĩa Trang Mạc Đĩnh Chi về đây 28.7.1983

Mộ Ông Can dời từ Nghĩa Trang Bắc Việt Tương Tế 30.8.1983

Người dời và lập mộ LÝ-THI-SON

Những hình ảnh lưu giữ bên trên rất quan trọng vì là chứng cớ cho việc chính thân nhân trong gia đình cố TT Ngô Đình Diệm thực hiện công việc nầy, chứ không phải do người ngoài như sự mạo nhận và lừa đảo dư luận của nhóm Văn Nghệ Tiền Phong. Việc mạo nhận và lừa đảo nầy sẽ được ghi lại trong phần kế tiếp.

Sau khi hoàn tất công việc tôi dự tính nghỉ ngơi thì có tin thân phụ tôi từ ngoài Trung vào thăm vợ chồng tôi và 2 cháu nội nên nhạc phụ tôi bàn với Cha Thí là nên tổ chức một buổi thăm viếng mộ cố TT Ngô Đình Diệm cho thân phụ tôi nhìn thấy tận mắt công việc tôi đã làm hơn 4 tháng qua nên phải ở lại Sài Gòn không về lại gia đình ngoài Trung suốt thời gian đó. Vâng theo ý kiến của cha Lê Văn Thí và nhạc phụ tôi, một lễ khánh thành lăng mộ cậu Ngô Đình Cẩn và lễ giỗ cố Tổng Thống Ngô, cụ bà Thân Mẫu và 2 vị bào đệ đã được tổ chức âm thầm trong gia đình vào ngày 02/01/1984, sau khi thân phụ tôi vào đến Sài Gòn vào ngày Tết Dương Lịch 01/01/1984, để thân phụ tôi được dịp kính viếng nơi an nghỉ âm thầm & tạm thời của ba vị hào kiệt Ngô Đình Diệm, Ngô Đình Nhu và Ngô Đình Cẩn. Tại buổi lễ khánh thành đơn giản nầy, tôi có chụp lại hình ảnh rất chi tiết của ngôi mộ cậu Cẩn để sau nầy còn làm chứng tích như đã trình bày bên trên.

Hình chụp bên cạnh mộ phần ông Cố Vấn NGÔ ĐÌNH CẨN vào ngày khánh thành lăng mộ (trên từ trái sang phải : Vợ chồng chú Bằng, Cụ bà Nguyễn Thị Ngân, hai người con gái dì Luyến, Cụ bà Nguyễn Thị Luyến (chị em con dì của ông Cố Vấn), Linh Mục Lê Văn Thí (con nuôi cụ Ngô Đình Khôi), cụ Nguyễn Văn Thận (nhạc phụ tôi) và cụ Trần Hoa Kỳ (thân phụ tôi).

Từ phải sang trái: cụ Trần Hoa Kỳ - thân phụ tôi, cụ Nguyễn Văn Thận - Nhạc phụ tôi, Linh mục Lê Văn Thí, Dì Luyến, hai người con gái Dì Luyến và Nhạc mẫu tôi.

Bên phải của tấm hình là Cụ bà Nguyễn Thị Luyến (Dì Luyến) – chị em bạn dì ruột của vị hào kiệt Ngô Đình Cẩn – người đã gánh vác mọi chi phí cho việc di dời và an táng vị hào kiệt nầy từ nghĩa trang Bắc Việt Tương Tế về nghĩa trang Lái Thiêu (ngày nay có tên là nghĩa trang Dĩ An – Biên Hòa).

Ngày 25 Tháng 01 năm 2005 tôi về thăm lại Việt Nam sau 21 năm lưu vong tỵ nạn Cộng Sản. Ngày 26/01/2005 từ Sài Gòn tôi cùng cháu Mộng Đào - cháu gọi tôi bằng cậu cùng đi xuống Nghĩa Trang Lái Thiêu thăm lại nơi an táng vị hào kiệt Ngô Đình Diệm và gia đình. Đến nơi mới nghe nhiều người dân nói rằng nghĩa trang bây giờ có tên mới là nghĩa trang Dĩ An thuộc Biên Hòa chứ không còn thuộc về tỉnh Bình Dương như năm 1983. Khi đến viếng các ngôi mộ do chính mình an táng và xây cất năm 1983, tôi rất ngạc nhiên nhận ra một dấu vết rất lạ, đó là tấm đá huyền thạch gắn chặc vào phía trước ngôi mộ cậu Cẩn đã bị đục bỏ và thay vào đó là một khoãnh tô đá mài khác màu với phần tô đá mài nguyên thủy của lăng mộ. Ngay lập tức tôi chụp hình chỗ đó để sau đó có thể điều tra việc phá hoại nầy cho rõ ràng.

Đây là dấu vết của bọn người "mạo nhận & lừa đảo" sẽ được nói rõ trong phần kế tiếp (PHẦN V ở sau).

Sau khi dâng hương, khấn nguyện và chụp hình các ngôi mộ, tôi đi vào văn phòng Ban Quản Lý nghĩa trang để hỏi xem ai là người đục bỏ và lấy đi tấm đá ghi chép việc di dời các ngôi mộ nầy từ Sài Gòn lý về đây và lý do vì sao đục bỏ ? Nghe tôi trình bày câu hỏi, người Trưởng Ban Quản Lý đề nghị tôi đi theo ra hiện trường các ngôi mộ để ông ta chỉ rõ sự việc cho xem. Tại hiện trường, theo lời người trưởng ban

Quản Lý kể lại thì vào năm trước có 1 bọn 3 hay 4 người lén vào nghĩa trang đem theo 2 tấm bia đá ghi tên NGÔ ĐÌNH DIỆM và NGÔ ĐÌNH NHU, thay vào 2 tấm bia cũ của 2 ngôi mộ của cụ Diệm và ông NHU, rồi đục bỏ tấm đá huyền thạch, nhưng vì tấm đá nầy gắn khá kỹ nên khi cạy bỏ bị bể nát làm nhiều mãnh vụn. Theo ông ta thì bọn người nầy cố ý phá hoại tấm bia huyền thạch ghi lại công việc dời mộ nầy nên chúng nó có mang theo 1 túi đựng bột hồ tô đá mài (granito) cùng màu để tô trét chỗ gắn tấm bia huyền thạch. Trong lúc chúng nó đang loay hoai tô trám khoãnh trống chỗ đã đục tấm đá thì những người lai vãng gần nơi nầy trong nghĩa trang đã báo ngay vào văn phòng Quản Lý. *"Chúng tôi ra ngay nơi nầy và bắt chúng phải mang 2 tấm bia ghi tên cụ Diệm và cụ Nhu của chúng ra khỏi nghĩa trang và cấm không cho chúng nó thay bia*

2 ngôi mộ nầy, vì chúng nó không có quyền và không được quyền làm như vậy". Người quản lý nói tiếp: "*Họ gian mà không ngoan vì họ không biết tính chất của Granito là mỗi một lần trộn hồ sẽ chỉ cho 1 màu nhất định, lần sau trộn giống y như vậy thì màu sắc cũng khác đi, cho nên mọi người thấy ngay là khoãnh tô hồ Granito chỗ đó không giống màu nguyên thuỷ nữa".* Nhờ dấu tích khác màu nầy mà dấu vết tấm bia huyền thạch còn in rõ trên ngôi mộ cậu CẨN. Tôi thấy ngay là nhóm người nầy có ý đồ gì nên họ mới cố ý và chuẩn bị kỹ để phá bỏ tấm bia huyền thạch ghi rõ sự việc di dời các ngôi mộ nầy xuống đây từ năm 1983. Nhưng lý do gì mà những kẻ bên ngoài gia đình giòng họ và vô can với các ngôi mộ nầy lại muốn phá huỷ di tích ghi sự việc nầy ? - và đây là một DẤU HỎI lớn cho đến khi tôi trở ra hải ngoại mới tìm được những chứng tích của nhóm người phá hoại nầy. Những chứng tích và nhóm người mạo nhận đó sẽ được trình bày ngay trong phần kế tiếp.

Dưới đây là những tấm hình do cháu Mộng Đào tháp tùng với tôi chụp tất cả chi tiết chuyến đi dâng hương và viếng mộ cố TT NGÔ ĐÌNH DIỆM & thân quyến của Ngài vào ngày 26/01/2005 đó:

Hình chụp tác giả năm 2005 khi về thăm VN có đến nghĩa trang Lái Thiêu/Dĩ an thắp hương & viếng thăm các ngôi mộ của bà cụ Cố và 3 Cậu.

Hình mộ cậu Ngô Đình Cẩn chụp năm 2005.

Bên tay trái tôi đúng là ngôi mộ cố TT NGÔ ĐÌNH DIỆM, bên tay phải là mộ bà cụ Cố Phạm Thị Thân (cụ bà Thượng Thư Ngô Đình Khả).

Đây là hình chụp ngôi mộ cố Tổng Thống NGÔ ĐÌNH DIỆM vào ngày 26/01/2005 tại nghĩa trang Lái Thiêu (Bình Dương-Biên Hòa).

Đây là hình chụp ngôi mộ vị hào kiệt NGÔ ĐÌNH NHU, vào ngày 26/01/2005 tại nghĩa trang Lái Thiêu (Bình Dương- Biên Hòa).

Bia mộ cụ cố Luxia Phạm Thị Thân (bên trái) và bia mộ cố Tổng thống NGÔ ĐÌNH DIỆM (bên phải).

Bia mộ vị hào kiệt NGÔ ĐÌNH NHU (bên trên) và vị hào kiệt NGÔ ĐÌNH CẨN (bên dưới), 2005.

PHẦN V

MẠO NHẬN và LỪA ĐẢO

Như đã trình bày trong Phần IV nói trên nên khi trở ra hải ngoại, sau khi ăn tết Nguyên Đán tại VN, tôi đã tìm ra những tài liệu "mạo nhận và lừa đảo" dư luận qua mạng Internet. Do vậy, tôi đành chịu tốn kém giấy mực liệt kê chúng nó ngay dưới đây để **chứng tỏ sự cần thiết của công việc công khai hóa hình ảnh và ghi chép riêng tư trong gia đình về sự kiện *"Dời mộ và ang táng cố Tổng Thống Ngô Đình Diệm và thân quyến năm 1983 (Quý Hợi)"***.

Xin lưu ý là sau khi thiên Ký Sự nầy được công bố sau Tháng 11/2019, có thể các trang chủ của các trang mạng (Websittes) dưới đây sẽ xóa dấu vết của các bài báo để phi tang. Hiện nay, Tháng 11/2019 thì những bái báo nầy vẫn còn nên tôi mới copy nguyên văn vào bên dưới để làm những chứng cớ cụ thể cho vấn đề.

1. Thứ nhất là 2 bài báo của tác giả Hàn Giang Trần Lệ Tuyền (Nhóm người viết báo VĂN NGHỆ TIỀN PHONG) đăng trên Website http://hon-viet.co.uk/

Trích nguyên văn:

http://hon-viet.co.uk/HanGiangTranLeTuyen_NenDeNhatCongHoaSupDo_MienNamTuDoSupDo.htm

Nền Đệ Nhất Cộng Hòa sụp đổ: Miền Nam Tự Do sụp đổ

https://youtu.be/m4-Bw60zbko

Chí Sĩ Ngô Đình Diệm: Tổng Thống dân cử đầu tiên của Nước Việt Nam.

Hàn Giang Trần Lệ Tuyền

...
Nên biết, ba ngôi mộ của ba vị tại Lái thiêu, Việt Nam, chỉ khắc mỗi ngôi mộ với chữ

2Huynh2 và 2Đệ2, là không phải do các con, các cháu của ba vị, hay của các vị trong dòng họ Ngô Đình đã bỏ công, bỏ của ra để xây ba ngôi mộ đó.

Ôi! ba ngôi mộ không khắc ghi tên tuổi, chỉ vỏn vẹn có chữ 2Huynh2và 2Đệ2, song hiện nay, tại Việt Nam, cứ mỗi ngày sự linh thiêng của Tổng Thống Ngô Đình Diệm càng vang vọng, và mỗi ngày càng tăng thêm con số của những người dân từ khắp nơi đã đổ về Lái Thiêu, để tìm đến ba ngôi mộ, để cầu xin những điều mà chính con người và khoa học không thể làm nổi, nhưng chỉ cần đến thắp một nén hương cắm lên ba ngôi mộ, với những lời cầu xin chân thành, thì Anh Hồn của Tổng Thống Ngô Đình Diệm sẽ cho họ được toại nguyện.
…
Viết nhân Lễ Tưởng Niệm Tổng Thống Ngô Đình Diệm: 1/11/2009
Hàn Giang Trần Lệ Tuyền
Hết trích.

Ghi chú: *Toàn bộ bài báo nầy vẫn còn trên Website với đường dẫn (Link/URL) ghi bên trên cho đến* **Tháng 11/2019** *vẫn còn truy cập dễ dàng để đọc. Nhưng không chắc là khi thiên Ký*

Sự nầy được công bố thì trang chủ Hồn Việt UK có xóa dấu vết để phi tang hay không.
END.

2. Thứ hai là bài viết ngày 04/01/2010 của tác giả Lệ Tuyền (Hàn Giang Trần Lệ Tuyền) được đăng trên Google Groups với đường dẫn (URL/Link) ngay bên trên tiêu đề cho thấy Google Groups trích bài báo nầy ngày 07/01/210, từ trang Hồn Việt UK, nhưng đường dẫn nầy hiện nay đã bị trang Hồn Việt UK xóa bỏ. Dù vậy, bài báo trích đăng nầy vẫn còn y nguyên trên Google Groups và tự nó tố cáo nhóm người mạo nhận và lừa đảo chính là nhóm chủ chốt của báo VĂN NGHỆ TIỀN PHONG gồm các ông Hồ Anh Nguyễn Thanh Hoàng, ông Trần Trung Quân, ông Trần Tam Tiệp và bà Hàn Giang Trần Lệ Tuyền, như nội dung nguyên văn sau đây:

Trích nguyên văn:
https://groups.google.com/forum/#!topic/tieudietcs/1b2-ZsmZ16w

Thursday, Januuary 7, 2010 at 9:34:29 AM UTC

http://www.hon-viet.co.uk/LeTuyen_AiLaNguoiDaGuiTienVeVNDeXayMo....htm

Ai Là Người Đã Gửi Tiền Về Việt Nam Để Xây Mộ Cố Tổng Thống Ngô Đình Diệm Và Nhị Vị Bào Đệ?

Lệ Tuyền.

Như quý độc giả đã biết, trước đây, qua bài viết: Nền Đệ Nhất Cộng Hòa Sụp Đổ: Miền Nam Tự Do Sụp Đổ, hiện vẫn còn lưu giữ trên trang điện báo Hồn Việt: http://hon-viet.co.uk; khi nói đến ba ngôi Mộ của Cố Tổng Thống Ngô Đình Diệm cùng nhị vị Bào đệ là Ông Cố vấn Ngô Đình Nhu và Ông Ngô Đình Cẩn, tôi đã viết như sau:

Nên biết, ba ngôi mộ của ba vị tại Lái Thiêu, Việt Nam, là không phải do các con, các cháu của

ba vị đã bỏ công, bỏ của ra để xây ba ngội mộ đó.

Nhưng, tôi đã không viết thêm ai là người thực sự đã bỏ tiền ra để xây ba ngôi mộ đó. Vậy, hôm nay, tôi tự thấy, cần phải nói cho thật rõ ràng: Người đã gửi tiền về Việt Nam để xây ba ngôi mộ của Cố Tổng Thống Ngô Đình Diệm, cùng nhị vị bào đệ là Ông Cố vấn Ngô Đình Nhu và Ông Ngô Đình Cẩn, chính là Ông Hồ Anh Nguyễn Thanh Hoàng, Chủ nhiệm kiêm Chủ bút Bán nguyệt san Văn Nghệ Tiền Phong. Một tờ báo đã do ông Nguyễn Thanh Hoàng khai sinh ra từ năm 1956.

Và để quý độc giả đều được biết một cách chính xác, nên nhân đây, tôi xin ghi lại đầy đủ từ bước khởi đầu trong việc di dời cả ba ngôi mộ như sau:

Chắc mọi người còn nhớ, vào những năm, sau ngày 30-4-1975, do « Lệnh cấm vận » của Hoa Kỳ, nên những người Việt ở Mỹ, không thể gửi tiền về Việt Nam, mà họ phải qua những đường giây chuyển tiền tại Pháp. Song lúc đó, mặc dù Pháp là nước đã « trợ cấp nhân đạo » cho Việt Nam nhiều nhất, nhưng cũng không cho phép chuyển một lần với số tiền nhiều, nên đã có một số đường giây chỉ chuyển những thùng thuốc Tây về Việt Nam, và những người Việt bên Mỹ cũng đã gửi cho thân nhân còn ở quê nhà bằng tiền, và những thùng thuốc Tây qua những đường giây này, để người thân của họ ở Việt Nam, sau khi nhận những thùng thuốc Tây, thì đã đem bán để lấy tiền. Nghĩa là họ phải chuyển tiền, hay thuốc Tây về Việt Nam qua những đường giây tại Pháp.

Sau đó, phía Mỹ đã nới lỏng hơn là cho phép những người Việt được gửi về Việt Nam, mà tôi nhớ là không quá 500 Mỹ kim. Cho đến mãi sau này, khi « Lệnh cấm vận » đã được bãi bỏ, thì mọi người mới được gửi tiền về Việt Nam một cách tự do.

Chính vì thế, khi được tin bọn việt-gian-cộng-sản sẽ phá bỏ nghĩa trang Mạc Đỉnh Chi, đồng thời đã được biết về chuyện tên cộng sản ác ôn là « Hòa thượng » Thích Trí Dũng, thuộc Giáo hội Phật giáo Việt Nam Thống nhất, tức Ấn Quang, đã từng cạy nắp mộ của Ông Ngô Đình Cẩn để bỏ vũ khí của Lữ đoàn 316, và đã nuôi tên Thiếu tướng việt công, là Trần Hải Phụng và nhiều tên khác ở trong chùa Phổ Quang, và đã bắt cái xác chết của Ông Ngô Đình Cẩn, mà lúc sinh tiền Ông là một người chống cộng tuyệt đối, phải giữ một số súng đạn của Lữ đoàn 316, và Biệt Động Thành Sài Gòn-Gia Định. Xin quý độc giả hãy đọc lại bài viết: Tưởng Niệm Bốn Mươi Năm Cuộc Thảm Sát Mậu Thân, 1968-2008, mà tôi đã viết vào ngày 26-01-2008, hiện vẫn còn lưu giữ trên trang điện báo Hồn Việt: http://hon-viet.co.uk để biết một cách rõ ràng hơn về những hành vi tàn ác của Phật giáo Ấn Quang trong cuộc thảm sát Mậu Thân.

Và chính vì biết được những tin trên, nên ông Nguyễn Thanh Hoàng vì rất sợ bọn việt-gian-cộng-sản sẽ phá bỏ mộ phần của ba vị, nên đã tìm cách gửi tiền về Việt Nam để di dời cả ba Ngôi mộ của Cố Tổng Thống Ngô Đình Diệm cùng nhị vị bào đệ là Ông Cố Vấn Ngô Đình Nhu và Ông Ngô Đình Cẩn, và sau đó cũng đã di dời cả

mộ phần của Mẫu Thân của ba vị về tại Lái Thiêu. Tôi xin ghi lại từ đầu như sau:

Lần đầu tiên, do Ông Trần Trung Quân, là Tác giả của nhiều cuốn sách có giá trị như: Trong Lòng Địch, Cụm A 22: Tình Báo Dinh Độc Lập v...v... Ngoài ra, còn có cuốn sách đã ký dưới một bút danh khác.

Và sau đây, là những lần chuyển tiền:

Lần thứ nhất, do chính tay của Ông Trần Trung Quân, là một người thân thiết của Ông Hồ Anh Nguyễn Thanh Hoàng, đã trao tận tay cho ông Trần Tam Tiệp, vì ông Trần Tam Tiệp biết cách gửi tiền về Việt Nam, vào tháng 10 năm 1977, tại tiệm Café Balto, 15, Rue Mazarine, 75006 Paris, với số tiền là $9,000 (chín ngàn Mỹ kim).

Lần thứ hai, vào tháng 7 năm 1978, cũng do Ông Trần Trung Quân trao tận tay cho Ông Trần Tam Tiệp tại Thánh Thất Cao Đài của Cô Ba Lê Kim Huê, tức Bà Lễ Sanh Lê Kim Huê, tại địa chỉ số 12, Rue Xavie Privas, 75005 Paris, với số tiền là $10,000 (mười ngàn Mỹ kim).

Riêng một lần khác, vào tháng 3 năm 1978, tại tiệm Café Notre – Dame de Paris, 03, Boulevard du Palais 75004 Paris. Nhưng lần này đã do chính Ông Hồ Anh Nguyễn Thanh Hoàng đã trao tận tay cho Ông Trần Tam Tiệp với số tiền là $6,000 (sáu ngàn Mỹ kim) trước sự chứng kiến của Ông Trần Trung Quân.

Như vậy, tổng cộng tất cả ba lần, ông Trần Tam Tiệp đã nhận của Ông Hồ Anh Nguyễn Thanh Hoàng với số tiền là $25,000 (hai mươi lăm ngàn Mỹ kim).

Tưởng cũng nên nói rõ, là với số tiền $ 25,000 (hai mươi lăm ngàn Mỹ kim), mà ông Trần Tam Tiệp đã nhận hai lần qua Ông Trần Trung Quân và một lần do chính tay của ông Nguyễn Thanh Hoàng, là do tiền bán báo Văn Nghệ tiền Phong, mà Ông Trần Trung Quân thu được. Bởi lúc đó, Ông Trần Trung Quân là đại diện cho báo văn Nghệ Tiền Phong của Ông Nguyễn Thanh Hoàng tại Pháp.

Sau đó, ông Trần Tam Tiệp đã chuyển số tiền trên về Việt Nam, để cho người của Ông Nguyễn

Thanh Hoàng lo liệu việc di dời ba ngôi mộ của Cố Tổng Thống Ngô Đình Diệm và nhị vị Bào đệ là Ông Cố vấn Ngô Đình Nhu và Ông Ngô Đình Cẩn về tại Lái Thiêu.

Những việc làm âm thầm của Ông Hồ Anh Nguyễn Thanh Hoàng ít ai được biết, kể cả gia đình của Bà Ngô Đình Nhu. Cho đến năm 1980, thì Ông Ngô Đình Luyện mới biết, và Ông Nguyễn Thanh Hoàng và Ông Trần Trung Quân, đã được Ông Ngô Đình Luyện tiếp tại tư gia. Trong dịp này, Ông Ngô Đình Luyện đã ngỏ lời cám ơn Nguyễn Thanh Hoàng và Ông Trần Trung Quân.

Sau đó, từ Hoa Kỳ, Ông Nguyễn Thanh Hoàng cũng đã âm thầm chuyển thêm những số tiền khác nữa về Việt Nam, để bốc mộ của Cụ bà Thân Mẫu của Cố Tổng Thống Ngô Đình Diệm và nhị vị bào đệ về tại Lái Thiêu, để cả gia đình được nằm cạnh bên nhau. Mặc dù vậy, nhưng ít có người biết những việc làm của Ông Nguyễn Thanh Hoàng.

Tuy nhiên, những người thân thiết của Ông đều biết như Đại tá Nguyễn Hữu Duệ, tác giả của cuốn sách: Nhớ Lại Những Ngày Ở Cạnh Cố Tổng Thống Ngô Đình Diệm, tức Nhật Lệ Nguyễn Hữu Duệ trên Văn Nghệ Tiền Phong, sau khi ba ngôi mộ hoàn thành, thì Đại tá Nguyễn Hữu Duệ, từ Hoa Kỳ Ông đã tìm cách trở về Việt Nam để viếng mộ của Cố Tổng Thống Ngô Đình Diệm cùng nhị vị bào đệ, là Ông Cố vấn Ngô Đình Nhu và Ông ngô Đình Cẩn.

Về phần ông Trần Tam Tiệp, ngày xưa, ông cũng đã từng kêu gọi nhiều người đóng góp tiền bạc cho ông chuyển về Việt Nam để giúp đỡ các văn nghệ sĩ, đang còn ở tại Việt Nam. Nhưng riêng về ba ngôi mộ của Cố Tổng Thống Ngô Đình Diệm cùng nhị vị bào đệ là Ông Cố Vấn Ngô Đình Nhu và Ông Ngô Đình Cẩn là hoàn toàn do số tiền bán báo Văn Nghệ Tiền Phong của Ông Nguyễn Thanh Hoàng đã chuyển nhiều lần về Việt Nam để xây ba ngôi mộ của ba vị anh hùng đã Vị Quốc Vong Thân.

Và chắc quý độc giả, khi đọc cuốn sách Trong Lòng Địch của Ông Trần Trung Quân đều đã thấy

phía sau bìa sách những dòng này của Ông Trần Trung Quân:

« Trong suốt thời gian ba năm ở hải ngoại và nhiều năm ở trong nước để hoàn thành thiên hồi ký Trong Lòng Địch này, tôi hết sức biết ơn anh Nguyễn Thanh Hoàng, chủ nhiệm tuần báo Văn Nghệ Tiền Phong đã hướng dẫn tôi, giúp đỡ tôi về cách sắp xếp cũng như sửa chữa và viết lại bản thảo.... »

Nghĩa là, qua những dòng này, đã cho mọi người thấy được mối giao tình thân thiết giữa Ông Nguyễn Thanh Hoàng và Ông Trần Trung Quân.

Và hôm nay, người viết bài này, cũng là người thân thiết với cả hai vị là Ông Nguyễn Thanh Hoàng và Ông Trần Trung Quân, mà cũng ít người biết được, vì ngày xưa khi viết trên Văn Nghệ Tiền Phong tôi đã ký dưới bút danh là Hàn Giang, rồi sau đó đã có kẻ phản đối « thằng Hàn Giang », có người còn đòi đi « kiện thằng Hàn Giang ra tòa » nữa. Vì thế, Ông Nguyễn Thanh Hoàng đã cho tôi làm « thằng Hàn Giang » luôn, mà tôi cũng đã im lặng, bởi thấy vui, khi tự nhiên, mà mình trở thành một « đấng tu mi nam tử », chứ không phải vì sợ ra tòa mà không dám cho mọi người biết rằng mình là một phụ nữ.

Tạm thay lời kết:

Với một bài viết ngắn này, người viết muốn nói: Sở dĩ ngày xưa Ông Nguyễn Thanh Hoàng đã âm thầm làm những việc ấy, mà không muốn cho mọi người biết một cách rộng rãi, chỉ trừ một số người thân. Bởi đã có nhiều kẻ, trong đó, có Võ Văn Ái, từng là « Tổng Thư ký Trung ương Phật tử Việt kiều tại Hải ngoại, từ những năm đầu của thập niên 1960, và đã từng viết « Lời tựa » cho cuốn ngụy thư « Hoa Sen trong Biển Lửa » của Thích Nhất Hạnh vào thắng 6-1967, tại Paris, Võ Văn Ái đã từng nói « Ông Nguyễn Thanh Hoàng-Văn Nghệ Tiền Phong, là tờ báo của Cần Lao, nên đánh phá Phật giáo ».

Nhưng thật ra, Ông Nguyễn Thanh Hoàng – Văn Nghệ Tiền Phong – Ông Trần Trung Quân và kẻ viết bài này, cũng như hiện nay, trên trang điện báo Hồn việt, đã có những bài viết của các vị về những hành vi tàn ác của những tên cộng sản khoác áo cà sa để làm giặc, với những hành vi giết người vô tội, chẳng những thế, mà chúng đã từng liên thủ với nhau, để đánh đổ cả hai nền Cộng Hòa Việt Nam, cho đến trước và sau ngày 30-4-1975, thì chính những tên ác tăng này đã công khai đưa từng đoàn xe ra tận vùng giặc để đón rước cộng quân vào các thành phố, trên khắp miền Nam tự do, chứ không có vị nào lại « đánh Phật giáo giáo » cả. Bởi không ai nói đến Phật – Pháp, mà chỉ nói đến bọn Tăng Phỉ mà thôi. Chắc nhiều người còn nhớ, ngày xưa Cư sĩ nổi tiếng tại miền Nam là: Cụ Mai Thọ Truyền, từng giữ chức: Quốc Vụ Khanh, thời Đệ Nhị Việt Nam Cộng Hòa, đã từng tuyên bố:

« Tôi chỉ quy y Nhị Bảo, chứ không quy y Tam Bảo, vì tôi chỉ Quy Y Phật, quy y Pháp, chứ không bao giờ quy y Tăng ».

Trở lại với nguyên do mà Ông Nguyễn Thanh Hoàng không muốn phổ biến rộng rãi, về chuyện xây mộ của Cố Tổng Thống Ngô Đình Diệm, thì

Ông Nguyễn Thanh Hoàng và cả Ông Trần Trung Quân đã nói với người viết bài này như sau:

« Khi viết, hay làm một điều gì về Cố Tổng Thống Ngô Đình Diệm, không phải để « Phục hồi Đảng Cần Lao » như những kẻ có tâm địa hắc ám kia đã cố tình xuyên tạc, mà vì chúng ta muốn nói lên những công nghiệp vĩ đại của Cố Tổng Thống Ngô Đình Diệm, Người đã khai sáng Nước Việt Nam Cộng Hòa, đồng thời đã xây dựng được một miền Nam Tự Do Thanh Bình thực sự, như người dân miền Nam đã chứng kiến vào buổi bình minh của lịch sử: Nền Đệ Nhất Việt Nam Cộng Hòa. Và để cho hậu thế còn biết đến ba tấm gương ngời sáng của Cố Tổng Thống Ngô Đình Diệm cùng nhị vị bào đệ là Ông Cố Vấn Ngô Đình Nhu và Ông Ngô Đình Cẩn, là ba vị đã quên mình để chỉ biết phụng sự Tổ Quốc và Dân Tộc Việt Nam, và rồi cuối cùng; sau khi đã Vị Quốc Vong Thân, thì đã trở thành ba vị Anh Hùng Bất Tử ».

04-01-2010

Lệ Tuyền.

http://hon-viet.co.uk/LeTuyen_AiLaNguoiDaGuiTienVeVNDeXayMo....htm

Ghi chú: *Link nầy đã bị xóa bỏ từ lâu nên bây giờ (Tháng 11/2019) không thể truy cập được tuy nhiên Google Groups đã trích nguyên văn bài báo và cái Link nói trên nên chứng tích vẫn còn).* **PHẦN TÔ MÀU ĐỎ TRONG PHẦN V NẦY LÀ NHỮNG THÔNG TIN BỊA ĐẶT HOÀN TOÀN DO Ý ĐỒ "LỪA ĐẢO & MẠO NHẬN CỦA NHÓM NGƯỜI CHỦ CHỐT TRONG BÁO "VĂN NGHỆ TIỀN PHONG".** END.

3. **Thứ ba là các bài báo sai lầm do lấy nguyên văn hoặc trích dẫn một phần bài báo "mạo nhận và lừa đảo" của bà Hàn Giang Trần Lệ Tuyền nói trên, như sau:**

http://namrom64.blogspot.co.uk/2013/11/ai-la-nguoi-gui-tien-ve-viet-nam-e-xay.html

(2 thg 11, 2013)

http://nhabaovietthuong.blogspot.co.uk/2010/01/hgtlt-ai-la-nguoi-gui-tien-ve-vn-xay-mo.html
(**Wednesday, January 6, 2010**)

https://baovecovang2012.wordpress.com/2013/01/11/ai-la-nguoi-da-gui-tien-ve-viet-nam-de-xay-mo-co-tong-thong-ngo-dinh-diem-va-nhi-vi-bao-de-han-giang-tran-le-tuyen/
(Posted on January 11, 2013 by Lê Thy)

Wednesday, January 6, 2010

Ai Là Người Đã Gửi Tiền Về Việt Nam Để Xây Mộ Cố Tổng Thống Ngô Đình Diệm Và Nhị Vị Bào Đệ?

Lệ Tuyền.

Hàn Giang Trần Lệ Tuyền (ảnh tác giả)

Như quý độc giả đã biết, trước đây, qua bài viết: Nền Đệ Nhất Cộng Hòa Sụp Đổ: Miền Nam Tự Do Sụp Đổ, hiện vẫn còn lưu giữ trên trang điện báo Hồn Việt: http://hon-viet.co.uk; khi nói đến ba ngôi Mộ của Cố Tổng Thống Ngô Đình Diệm cùng nhị vị Bào đệ là Ông Cố vấn Ngô Đình Nhu và Ông Ngô Đình Cẩn, tôi đã viết như sau: **Nên biết, ba ngôi mộ của ba vị tại Lái Thiêu, Việt Nam, là không phải do các con, các cháu của ba vị đã bỏ công, bỏ của ra để xây ba ngôi mộ đó. Nhưng, tôi đã không viết**

thêm ai là người thực sự đã bỏ tiền ra để xây ba ngôi mộ đó. Vậy, hôm nay, tôi tự thấy, cần phải nói cho thật rõ ràng: Người đã gửi tiền về Việt Nam để xây ba ngôi mộ của Cố Tổng Thống Ngô Đình Diệm, cùng nhị vị bào đệ là Ông Cố vấn Ngô Đình Nhu và Ông Ngô Đình Cẩn, chính là Ông Hồ Anh Nguyễn Thanh Hoàng, Chủ nhiệm kiêm Chủ bút Bán nguyệt san Văn Nghệ Tiền Phong. Một tờ báo đã do ông Nguyễn Thanh Hoàng khai sinh ra từ năm 1956. Và để quý độc giả đều được biết một cách chính xác, nên nhân đây, tôi xin ghi lại đầy đủ từ bước khởi đầu trong việc di dời cả ba ngôi mộ như sau:

Chắc mọi người còn nhớ, vào những năm, sau ngày 30-4-1975, do « Lệnh cấm vận » của Hoa Kỳ, nên những người Việt ở Mỹ, không thể gửi tiền về Việt Nam, mà họ phải qua những đường giây chuyển tiền tại Pháp. Song lúc đó, mặc dù Pháp là nước đã « trợ cấp nhân đạo » cho Việt Nam nhiều nhất, nhưng cũng không cho phép chuyển một lần với số tiền nhiều, nên đã có một số đường giây chỉ chuyển những thùng thuốc Tây về Việt Nam, và những người Việt bên Mỹ cũng đã gửi cho thân nhân còn ở quê nhà bằng tiền, và những thùng thuốc Tây qua những đường giây này, để người thân của họ ở Việt Nam, sau khi nhận những thùng thuốc Tây, thì đã đem bán để lấy tiền. Nghĩa là họ phải chuyển tiền, hay thuốc Tây về Việt Nam qua những đường giây tại Pháp.

(Chú thích của tác giả Trần Đình Sơn: *Tấm bia trong hình trên ghi chữ NGÔ ĐÌNH DIỆM (chỗ mũi tên đỏ) chính là chứng tích của bọn người lừa đảo và mạo nhận đến nghĩa trang Lái Thiêu tạo dấu tích giả và ngay sau khi họ dàn dựng, chụp hình thì đã bị ban Quản Lý*

nghĩa trang bắt gặp quả tang phạm pháp, nên bắt mang bia giả nầy ra khỏi nghĩa trang như đã trình bày ở Phần IV bên trên).

Sau đó, phía Mỹ đã nới lỏng hơn là cho phép những người Việt được gửi về Việt Nam, mà tôi nhớ là không quá 500 Mỹ kim. Cho đến mãi sau này, khi « Lệnh cấm vận » đã được bãi bỏ, thì mọi người mới được gửi tiền về Việt Nam một cách tự do.

Chính vì thế, khi được tin bọn việt-gian-cộng-sản sẽ phá bỏ nghĩa trang Mạc Đỉnh Chi, đồng thời đã được biết về chuyện tên cộng sản ác ôn là « Hòa thượng » Thích Trí Dũng, thuộc Giáo hội Phật giáo Việt Nam Thống nhất, tức Ấn Quang, đã từng cạy nắp mộ của Ông Ngô Đình Cẩn để bỏ vũ khí của Lữ đoàn 316, và đã nuôi tên Thiếu tướng việt cộng, là Trần Hải Phụng và nhiều tên khác ở trong chùa Phổ Quang, và đã bắt cái xác chết của Ông Ngô Đình Cẩn, mà lúc sinh tiền Ông là một người chống cộng tuyệt đối, phải giữ một số súng đạn của Lữ đoàn 316, và Biệt Động Thành Sài Gòn-Gia Định. Xin quý độc giả hãy đọc lại bài viết: Tưởng Niệm Bốn Mươi Năm Cuộc Thảm Sát Mậu Thân, 1968-2008, mà tôi đã viết vào ngày 26-01-2008, hiện vẫn

còn lưu giữ trên trang điện báo Hồn Việt:http://hon-viet.co.uk để biết một cách rõ ràng hơn về những hành vi tàn ác của Phật giáo Ấn Quang trong cuộc thảm sát Mậu Thân.

Và chính vì biết được những tin trên, nên ông Nguyễn Thanh Hoàng vì rất sợ bọn việt-gian-cộng-sản sẽ phá bỏ mộ phần của ba vị, nên đã tìm cách gửi tiền về Việt Nam để di dời cả ba Ngôi mộ của Cố Tổng Thống Ngô Đình Diệm cùng nhị vị bào đệ là Ông Cố Vấn Ngô Đình Nhu và Ông Ngô Đình Cẩn, và sau đó cũng đã di dời cả mộ phần của Mẫu Thân của ba vị về tại Lái Thiêu. Tôi xin ghi lại từ đầu như sau:

Lần đầu tiên, do Ông Trần Trung Quân, là Tác giả của nhiều cuốn sách có giá trị như: Trong Lòng Địch, Cụm A 22: Tình Báo Dinh Độc Lập v…v… Ngoài ra, còn có cuốn sách đã ký dưới một bút danh khác.

Và sau đây, là những lần chuyển tiền:

Lần thứ nhất, do chính tay của Ông Trần Trung Quân, là một người thân thiết của Ông Hồ Anh Nguyễn Thanh Hoàng, đã

trao tận tay cho ông Trần Tam Tiệp, vì ông Trần Tam Tiệp biết cách gửi tiền về Việt Nam, vào tháng 10 năm 1977, tại tiệm Café Balto, 15, Rue Mazarine, 75006 Paris, với số tiền là $9,000 (chín ngàn Mỹ kim).

Lần thứ hai, vào tháng 7 năm 1978, cũng do Ông Trần Trung Quân trao tận tay cho Ông Trần Tam Tiệp tại Thánh Thất Cao Đài của Cô Ba Lê Kim Huê, tức Bà Lễ Sanh Lê Kim Huê, tại địa chỉ số 12, Rue Xavie Privas, 75005 Paris, với số tiền là $10,000 (mười ngàn Mỹ kim).

Riêng một lần khác, vào tháng 3 năm 1978, tại tiệm Café Notre – Dame de Paris, 03, Boulevard du Palais 75004 Paris. Nhưng lần này đã do chính Ông Hồ Anh Nguyễn Thanh Hoàng đã trao tận tay cho Ông Trần Tam Tiệp với số tiền là

$6,000 (sáu ngàn Mỹ kim) trước sự chứng kiến của Ông Trần Trung Quân.

Như vậy, tổng cộng tất cả ba lần, ông Trần Tam Tiệp đã nhận của Ông Hồ Anh Nguyễn Thanh Hoàng với số tiền là $25,000 (hai mươi lăm ngàn Mỹ kim).

Tưởng cũng nên nói rõ, là với số tiền $ 25,000 (hai mươi lăm ngàn Mỹ kim), mà ông Trần Tam Tiệp đã nhận hai lần qua Ông Trần Trung Quân và một lần do chính tay của ông Nguyễn Thanh Hoàng, là do tiền bán báo Văn Nghệ tiền Phong, mà Ông Trần Trung Quân thu được. Bởi lúc đó, Ông Trần Trung Quân là đại diện cho báo văn Nghệ Tiền Phong của Ông Nguyễn Thanh Hoàng tại Pháp.

Sau đó, ông Trần Tam Tiệp đã chuyển số tiền trên về Việt Nam, để cho người của Ông Nguyễn Thanh Hoàng lo liệu việc di dời ba ngôi mộ của Cố Tổng Thống Ngô Đình Diệm và nhị vị Bào đệ là Ông Cố vấn Ngô Đình Nhu và Ông Ngô Đình Cẩn về tại Lái Thiêu.

Những việc làm âm thầm của Ông Hồ Anh Nguyễn Thanh Hoàng ít ai được biết, kể cả gia đình của Bà Ngô Đình Nhu. Cho đến năm 1980, thì Ông Ngô Đình Luyện mới biết, và Ông Nguyễn Thanh Hoàng và Ông Trần Trung Quân, đã được Ông Ngô Đình Luyện tiếp tại tư gia. Trong dịp này, Ông Ngô Đình Luyện đã ngỏ lời cám ơn Nguyễn Thanh Hoàng và Ông Trần Trung Quân.

Sau đó, từ Hoa Kỳ, Ông Nguyễn Thanh Hoàng cũng đã âm thầm chuyển thêm những số tiền khác nữa về Việt Nam, để bốc mộ của Cụ bà Thân Mẫu của Cố Tổng Thống Ngô Đình Diệm và nhị vị bào đệ về tại Lái Thiêu, để cả gia đình được nằm cạnh bên nhau. Mặc dù vậy, nhưng ít có người biết những việc làm của Ông Nguyễn Thanh Hoàng.

Tuy nhiên, những người thân thiết của Ông đều biết như Đại tá Nguyễn Hữu Duệ, tác giả của cuốn sách: Nhớ Lại Những Ngày Ở Cạnh Cố Tổng Thống Ngô Đình Diệm, tức Nhật Lệ Nguyễn Hữu Duệ trên Văn Nghệ Tiền Phong, sau khi ba ngôi mộ hoàn thành, thì Đại tá Nguyễn Hữu Duệ, từ Hoa Kỳ Ông đã tìm cách trở về Việt Nam để viếng mộ của Cố Tổng Thống Ngô Đình Diệm cùng nhị vị bào đệ, là Ông Có vấn Ngô Đình Nhu và Ông ngô Đình Cẩn.

Và chắc quý độc giả, khi đọc cuốn sách Trong Lòng Địch của Ông Về phần ông Trần Tam Tiệp, ngày xưa, ông cũng đã từng kêu gọi nhiều người đóng góp tiền bạc cho ông chuyển về Việt Nam để giúp đỡ các văn nghệ sĩ, đang còn ở tại Việt Nam. Nhưng riêng về ba ngôi mộ của Cố Tổng Thống Ngô Đình Diệm cùng nhị vị bào đệ là Ông Cố Vấn Ngô Đình Nhu và Ông Ngô Đình Cẩn là hoàn toàn do số tiền bán báo Văn Nghệ Tiền Phong của Ông Nguyễn Thanh Hoàng đã chuyển nhiều lần về Việt Nam để xây ba ngôi mộ của ba vị anh hùng đã Vị Quốc Vong Thân.

Trần Trung Quân đều đã thấy phía sau bìa sách những dòng này của Ông Trần Trung Quân:

« Trong suốt thời gian ba năm ở hải ngoại và nhiều năm ở trong nước để hoàn thành thiên hồi ký Trong Lòng Địch này, tôi hết sức biết ơn anh Nguyễn Thanh Hoàng, chủ nhiệm tuần báo Văn Nghệ Tiền Phong đã hướng dẫn tôi, giúp đỡ tôi về cách sắp xếp cũng như sửa chữa và viết lại bản thảo…. »

Nghĩa là, qua những dòng này, đã cho mọi người thấy được mối giao tình thân thiết giữa Ông Nguyễn Thanh Hoàng và Ông Trần Trung Quân.

Và hôm nay, người viết bài này, cũng là người thân thiết với cả hai vị là Ông Nguyễn Thanh Hoàng và Ông Trần Trung Quân, mà cũng ít người biết được, vì ngày xưa khi viết trên Văn Nghệ Tiền Phong tôi đã ký dưới bút danh là Hàn Giang, rồi sau đó đã có kẻ phản đối « thằng Hàn Giang », có người còn đòi đi « kiện thằng Hàn Giang ra tòa » nữa. Vì thế, Ông Nguyễn Thanh Hoàng đã cho tôi làm « thằng Hàn Giang » luôn, mà tôi cũng đã im lặng, bởi thấy vui, khi tự nhiên, mà mình trở thành một « đấng tu mi nam tử », chứ không phải vì sợ ra tòa mà không dám cho mọi người biết rằng mình là một phụ nữ.

Tạm thay lời kết:

Với một bài viết ngắn này, người viết muốn nói: Sở dĩ ngày xưa Ông Nguyễn Thanh Hoàng đã âm thầm làm những việc ấy, mà không muốn cho mọi người biết một cách rộng rãi, chỉ trừ một số người thân. Bởi đã có nhiều kẻ, trong đó, có Võ Văn Ái, từng là « Tổng Thư ký Trung ương Phật tử Việt kiều tại Hải ngoại, từ những năm đầu của thập niên 1960, và đã từng viết « Lời tựa » cho cuốn ngụy thư « Hoa Sen trong Biển Lửa » của Thích Nhất Hạnh vào tháng 6-1967, tại Paris, Võ Văn Ái đã từng nói « Ông Nguyễn Thanh Hoàng-Văn Nghệ Tiền Phong, là tờ báo của Cần Lao, nên đánh phá Phật giáo ».

Nhưng thật ra, Ông Nguyễn Thanh Hoàng – Văn Nghệ Tiền Phong – Ông Trần Trung Quân và kẻ viết bài này, cũng như hiện nay, trên trang điện báo Hồn việt, đã có những bài viết của các vị về những hành vi tàn ác của những tên cộng sản khoác áo cà sa để làm giặc, với những hành vi giết người vô tội, chẳng những thế, mà chúng đã từng liên thủ với nhau, để đánh đổ cả hai nền Cộng Hòa Việt Nam, cho đến trước và sau ngày 30-4-1975, thì chính những tên ác tăng này đã công khai đưa từng đoàn xe ra tận vùng giặc để đón rước cộng quân vào các thành phố, trên khắp miền Nam tự do, chứ không có vị nào lại « đánh Phật giáo giáo » cả. Bởi không ai nói đến Phật – Pháp, mà chỉ nói đến bọn Tăng Phỉ mà thôi. Chắc nhiều người còn nhớ, ngày xưa Cư sĩ nổi tiếng tại miền Nam là: Cụ Mai Thọ Truyền, từng giữ chức: Quốc Vụ Khanh, thời Đệ Nhị Việt Nam Cộng Hòa, đã từng tuyên bố:

« Tôi chỉ quy y Nhị Bảo, chứ không quy y Tam Bảo, vì tôi chỉ Quy Y Phật, quy y Pháp, chứ không bao giờ quy y Tăng ».

Trở lại với nguyên do mà Ông Nguyễn Thanh Hoàng không muốn phổ biến rộng rãi, về chuyện xây mộ của Cố Tổng Thống Ngô Đình Diệm, thì Ông Nguyễn Thanh Hoàng và cả Ông Trần Trung Quân đã nói với người viết bài này như sau:

« Khi viết, hay làm một điều gì về Cố Tổng Thống Ngô Đình Diệm, không phải để « Phục hồi Đảng Cần Lao » như những kẻ có tâm địa hắc ám kia đã cố tình xuyên tạc, mà vì chúng ta muốn nói lên những công nghiệp vĩ đại của Cố Tổng Thống Ngô Đình Diệm, Người đã khai sáng Nước Việt Nam Cộng Hòa, đồng thời đã xây dựng được một miền Nam Tự Do Thanh Bình thực sự, như người dân miền Nam đã chứng kiến vào buổi bình minh của lịch sử:

Nền Đệ Nhất Việt Nam Cộng Hòa. Và để cho hậu thế còn biết đến ba tấm gương ngời sáng của Cố Tổng Thống Ngô Đình Diệm cùng nhị vị bào đệ là Ông Cố Vấn Ngô Đình Nhu và Ông Ngô Đình Cẩn, là ba vị đã quên mình để chỉ biết phụng sự Tổ Quốc và Dân Tộc Việt Nam, và rồi cuối cùng; sau khi đã Vị Quốc Vong Thân, thì đã trở thành ba vị Anh Hùng Bất Tử ».

04-01-2010

Lệ Tuyền

http://hon-viet.co.uk

01-17-2010 03:19 PM #2

Ai đã đắp ngôi mộ đẹp cho ông Ngô Đình Diệm ?(tt)

Và hôm nay, người viết bài này, cũng là người thân thiết với cả hai vị là Ông Nguyễn Thanh Hoàng và Ông Trần Trung Quân, mà cũng ít người biết được, vì ngày xưa khi viết trên Văn Nghệ Tiền Phong tôi đã ký dưới bút danh là Hàn Giang, rồi sau đó đã có kẻ phản đối "thằng Hàn Giang", có người còn đòi đi "kiện thằng Hàn Giang ra tòa" nữa. Vì thế, Ông Nguyễn Thanh Hoàng đã cho tôi làm "thằng Hàn Giang" luôn, mà tôi cũng đã im lặng, bởi thấy vui, khi tự nhiên, mà mình trở thành một "đấng tu mi nam tử", chứ không phải vì sợ ra tòa mà không dám cho mọi người biết rằng mình là một phụ nữ.

Chú thích của tác giả: Mũi tên đỏ do tôi thêm vào tấm hình nguyên thủy của bọn mạo nhận để chỉ rõ dấu vết lừa đảo và mạo nhận.

Tạm thay lời kết: với một bài viết ngắn này, người viết muốn nói: Sở dĩ ngày xưa Ông Nguyễn Thanh Hoàng đã âm thầm làm những việc ấy, mà không muốn cho mọi người biết một cách rộng rãi, chỉ trừ một số người thân. Bởi đã có nhiều kẻ, trong đó, có Võ Văn Ái, từng là "Tổng Thư ký Trung ương Phật tử Việt kiều tại Hải ngoại" từ những năm đầu của thập niên 1960, và đã từng viết "Lời tựa" cho cuốn ngụy thư "Hoa Sen trong Biển Lửa" của Thích

Nhất Hạnh vào tháng 6-1967, tại Paris, Võ Văn Ái đã từng nói: "Nguyễn Thanh Hoàng-Văn Nghệ Tiền Phong, là tờ báo của Cần Lao, đánh phá Phật giáo".

Nhưng thật ra, Ông Nguyễn Thanh Hoàng – Văn Nghệ Tiền Phong – Ông Trần Trung Quân và kẻ viết bài này, cũng như hiện nay, trên trang điện báo Hồn việt, đã có những bài viết của các vị về những hành vi tàn ác của những tên cộng sản khoác áo cà sa để làm giặc, với những hành vi giết người vô tội, chẳng những thế, mà chúng đã từng liên thủ với nhau, để đánh đổ cả hai nền Cộng Hòa Việt Nam, cho đến trước và sau ngày 30-4-1975, thì chính những tên ác tăng này đã công khai đưa từng đoàn xe ra tận vùng giặc để đón rước cộng quân vào các thành phố, trên khắp miền Nam tự do, chứ không có vị nào lại "đánh Phật giáo" cả. Bởi không ai nói đến Phật – Pháp, mà chỉ nói đến bọn Tăng Phỉ mà thôi. Chắc nhiều người còn nhớ, ngày xưa Cư sĩ nổi tiếng tại miền Nam là: Cụ Mai Thọ Truyền, từng giữ chức: Quốc Vụ Khanh, thời Đệ Nhị Việt Nam Cộng Hòa, đã từng tuyên bố: *"Tôi chỉ quy y Nhị Bảo, chứ không quy y Tam Bảo, vì tôi chỉ Quy Y Phật, quy y Pháp, chứ không bao giờ quy y Tăng".*

Trở lại với nguyên do mà Ông Nguyễn Thanh Hoàng không muốn phổ biến rộng rãi về chuyện xây mộ của Cố Tổng Thống Ngô Đình Diệm, thì Ông Nguyễn Thanh Hoàng và cả Ông Trần Trung Quân đã nói với người viết bài này như sau:

"Khi viết, hay làm một điều gì về Cố Tổng Thống Ngô Đình Diệm, không phải để phục hồi Đảng Cần Lao như những kẻ có tâm địa hắc ám kia đã cố tình xuyên tạc, mà vì chúng ta muốn nói lên những công nghiệp vĩ đại của Cố Tổng Thống Ngô Đình Diệm, Người đã khai sáng Nước Việt Nam Cộng Hòa, đồng thời đã xây dựng được một miền Nam Tự Do Thanh Bình thực sự, như người dân miền Nam đã chứng kiến vào buổi bình minh của lịch sử: Nền Đệ Nhất Việt Nam Cộng Hòa. Và để cho hậu thế còn biết đến ba tấm gương ngời sáng của Cố Tổng Thống Ngô Đình Diệm cùng nhị vị bào đệ là Ông Cố Vấn Ngô Đình Nhu và Ông Ngô Đình Cẩn, là ba vị đã quên mình để chỉ biết phụng sự Tổ Quốc và Dân Tộc Việt Nam, và rồi cuối cùng; sau khi đã Vị Quốc Vong Thân, thì đã trở thành ba vị Anh Hùng Bất Tử".

Lệ Tuyền

END

http://ngothelinh.tripod.com/Mo_Nha_Ho_Ngo.html

Bí ẩn mộ ông Ngô Đình Diệm, Ngô Đình Nhu

Áo quan ông Ngô Đình Diệm bên phải, áo quan ông Ngô Đình Nhu bên trái trước khi được chôn tại nghĩa trang Mạc Đĩnh Chi.

=> (Chú thích của tác giả Trần Đình Sơn về tấm ảnh ngay bên trên: *Đây là thông tin không đúng sự thật khi tôi cho mở nắp quan tài tại nghĩa trang Mạc Đĩnh Chi năm 1983*).

Sau khi bị lực lượng đảo chính giết vào tháng 11/1963, hai anh em Ngô Đình Diệm, Ngô Đình Nhu được chôn ở nghĩa trang Mạc Đĩnh Chi. Áo quan của Ngô Đình Diệm hình hộp, áo quan của Ngô Đình Nhu có nắp tròn. Một nhân chứng thời kỳ này giải thích, người thân của hai ông đi mua vội quan tài nên chỉ mua được một chiếc hạng tốt dành cho ông Diệm, còn chiếc hạng vừa dành cho ông Nhu. Mộ hai ông Ngô Đình Diệm, Ngô Đình Nhu khá đặc biệt: không có nấm mộ, bia, chỉ có tấm đan (bê - tông) đặt bên trên cao hơn mặt đất vài chục phân. Suốt từng ấy năm trước giải phóng, hai ngôi mộ nằm lọt thỏm, đìu hiu giữa nghĩa trang bộn bề mộ kiên cố. Những kẻ cơ hội xưa vụt quay lưng với gia đình họ Ngô đã đành, những người thân tín cũng ngại đến thăm viếng vì sợ chính quyền Sài Gòn cũ dòm ngó. Năm 1964, bà Phạm Thị Thân, thân mẫu của hai ông mất, đám tang không người đưa tang. Một nhân chứng trong Ban di dời sau này kể: Hai ông Ngô Đình Diệm và Ngô Đình Nhu được chôn trong kim tĩnh (hộp bê tông dày và kín) rất khô ráo. Khi cải lên, thi thể của cả hai ông chỉ khô lại chứ không tan rữa, vẫn có thể nhận ra từng người. **Đầu hai người đều quấn băng trắng in dấu máu đen từ những vết thương trước khi chết. Khi băng được mở, vết máu vẫn còn cứng. Sau gáy ông Nhu có một vết thương**

khá lớn, có thể do va đập.=> **(Chú thích của tác giả Trần Đính Sơn**: Đây là thông tin hoàn toàn bịa đặt vì khác với thực tế cụ thể khi tôi cho mở nắp quan tài tại nghĩa trang Mạc Đính Chi năm 1983).**

Anh Mâm chia nắm nhang cắm trước mộ ông Ngô Đình Diệm.

(Chú thích của tác giả Trần Đính Sơn cho tấm hình ngay bên trên: Tấm bia trong hình trên ghi chữ NGÔ ĐÌNH DIỆM (chỗ **mũi tên đỏ**) chính là chứng tích của bọn người lừa đảo và mạo nhận đến nghĩa trang Lái Thiêu tạo *dấu tích giả và ngay sau khi họ dàn dựng, chụp hình thì đã bị ban Quản Lý nghĩa trang bắt gặp quả tang phạm pháp, nên bắt mang bia giả nầy ra khỏi nghĩa trang như đã trình bày ở Phần IV bên trên).*

Trong thời gian di dời, có một người phụ nữ tên là Hạnh từ Huế vào, xưng là cháu, nhận thi hài hai ông. Bà Hạnh quá khó khăn nên chính quyền thành phố phải lo toàn bộ chi phí ăn, ở, chi phí cải táng và xây mộ mới.

Thi hài ông Diệm, ông Nhu được chôn lại tại nghĩa trang Lái Thiêu (Bình Hòa, Thuận An, Bình Dương), với áo quan loại tốt và kim tĩnh. Mộ ông Ngô Đình Cẩn được chôn tại nghĩa trang sân bay Tân Sơn Nhất sau khi bị xử bắn vào năm 1965, và mộ bà thân mẫu Phạm Thị Thân cũng được quy tụ về đây. Trong khu đất rộng hàng nghìn hecta với những rặng cây lớn xanh và mát, mộ gia đình họ Ngô nằm cùng một dãy. Mộ bà Phạm Thị Thân nằm ở giữa, mộ hai ông Diệm, Nhu hai bên. **Cách mộ ông Nhu một quãng là mộ ông Cẩn. Trước đây, theo yêu cầu của gia đình, mộ không đề tên, mà chỉ đề "mẫu", "huynh", "đệ". Sau, theo đề nghị của một số người, trong đó có Việt kiều về thăm,**

mộ được để đích danh. => *(Chú thích của tác giả: Đây cũng là thông tin không đúng sự thật vì không hề có chữ "mẫu" nào trên các tấm bia từ trước đến nay).*

Anh Mâm, anh Chảy - hai trong số hàng chục người trông coi mướn mộ phần tại đây, cho hay: Thời gian đầu, mộ gia đình họ Ngô không có người chăm nom, trong khi đa số ngôi mộ khác có thân nhân thường xuyên lui tới và thuê người chăm nom. Thấy những ngôi mộ đó cỏ mọc tốt, nhiều rêu phong, anh em bảo nhau dọn cỏ, dùng bàn chải chà rêu như những ngôi mộ khác. "Lẽ nào mình quanh quẩn ở đây cả ngày mà lỡ để cho ngôi mộ ngay gần mình lạnh lẽo!" - Mâm nói, sau khi chia đều nắm hương ngút khói, cắm vào từng bát nhang trước bốn ngôi mộ gia đình họ Ngô.

Ba ngôi mộ của gia đình họ Ngô nằm thẳng hàng. Mộ bà Phạm Thị Thân nằm giữa, mộ hai ông Diệm, Nhu hai bên.

Lúc trước, khi chúng tôi không giới thiệu danh tính, hỏi mộ gia đình họ Ngô, anh quản lý nghĩa trang Lái Thiêu tưởng người đến thăm viếng, bèn chỉ lối.

Quả thật khó tìm mộ gia đình họ Ngô, nếu không có người chỉ đường. Bởi hai ngôi mộ của anh em Ngô Đình Diệm không có nét dị biệt: nằm sệt đất như trước, mà được xây cao ráo như bao ngôi mộ khác. Cỏ xung quanh được dọn sạch, mộ nhẵn bóng, rêu xanh chỉ có thể đóng thành những vệt mỏng manh trong những kẽ bê tông mà bàn chải không len vào được.

Một thời gian sau ngày mộ được hoàn thành, thỉnh thoảng có một số Việt kiều tới thăm viếng, đọc kinh cầu nguyện, cho tiền những người trông nom. Có người để lại cả tên tuổi. Thỉnh thoảng, đại diện Công giáo cũng đến thăm viếng.

Theo ban quản lý nghĩa trang Lái Thiêu, những người đến viếng các ngôi mộ quanh đó thường nhân tiện đặt luôn mấy bông hoa huệ trước mộ gia đình họ Ngô. "Nhiều người trong số họ chỉ biết đó là người đã chết. Cũng giống như tôi, mãi về sau tôi mới biết đó là mộ ông Ngô Đình Diệm, ban đầu chỉ nghĩ đó là ngôi mộ của người dân bình thường nào đó. Tiếc gì nén hương, cây bông (cành hoa - NV), mà ai cấm chuyện này!" - Mâm nói.

Phạm Cường
END.

http://baovecovang2012.wordpress.com/2013/01/07/nen-de-nhat-cong-hoa-sup-do-mien-nam-tu-do-sup-do-han-giang-tran-le-tuyen/

Nền Đệ Nhất Cộng Hòa Sụp Đổ: Miền Nam Tự Do Sụp Đổ (HÀN GIANG Trần Lệ Tuyền)

Posted on January 7, 2013 by Lê Thy

TT. Ngô Đình Diệm đã chiếm đến ba chữ «Có» trong «Tứ Bất Tử»

Nên biết, ba ngôi mộ của ba vị tại Lái thiêu, Việt Nam, chỉ khắc mỗi ngôi mộ với chữ "Huynh" và "Đệ", là không phải do các con, các cháu của ba vị, hay của các vị trong dòng họ Ngô Đình đã bỏ công, bỏ của ra để xây ba ngôi mộ đó.

Ôi! ba ngôi mộ không khắc ghi tên tuổi, chỉ vỏn vẹn có chữ "Huynh"và "Đệ", song hiện nay, tại Việt Nam, cứ mỗi ngày sự linh thiêng của Tổng Thống Ngô Đình Diệm càng vang vọng, và mỗi ngày càng tăng thêm con số của những người dân từ khắp nơi đã đổ về Lái Thiêu, để tìm đến ba ngôi mộ, để cầu xin những điều mà chính con người và khoa học không thể làm nổi, nhưng chỉ cần đến thắp một nén hương cắm lên ba ngôi mộ, với những lời cầu xin chân thành, thì Anh Hồn của Tổng Thống Ngô Đình Diệm sẽ cho họ được toại nguyện.

HÀN GIANG Trần Lệ Tuyền

END.

https://hoanghaithuy.wordpress.com/2012/06/06/tinh-nghia-va-chinh-tri/

TÌNH NGHĨA và CHÍNH TRỊ

Posted on June 6, 2012 by hoanghaithuy

Ông Mã Tuyên năm 1963 — Ông Mã Tuyên năm 1975

Mời quí vị đọc một bài viết về chuyện năm xưa: ông Bang Trưởng Mã Tuyên ở Chợ Lớn bị Tù vì Tội đã đón tiếp Tổng Thống Ngô Đình Diệm trong đêm Tổng Thống đi khỏi Dinh Gia Long năm 1963.

Bài của người viết Phạm Thắng Vũ.

Hàng năm, cứ đến ngày 1 tháng 11 nhiều người dân Việt miền Nam Việt Nam nhớ lại ngày này trong năm 1963 mà ngày hôm sau, dẫn đến cái chết của Tổng Thống Đệ Nhất Cộng Hòa Ngô Đình Diệm và người em ruột là Cố Vấn Ngô Đình Nhu.

Có quá nhiều bài viết, tài liệu và sách báo đã nói về cái chết của hai người này. Ai là kẻ ra lệnh giết và tại sao họ bị giết chết khi họ (anh em Tổng Thống) đã chấp nhận đầu hàng (với đám tướng lãnh cầm đầu phe đảo chánh) thì sách báo (trong và ngoài nước) đã viết rất nhiều nên không cần phải viết lại. Tác giả xin viết khác một chút.

HỒ ANH NGUYỄN THANH HOÀNG
Ảnh năm 1960, Sài Gòn

Một người không chút dính dáng gì đến chính quyền và quân đội miền Nam VNCH, cũng không phải là dân Bắc kỳ di cư 1954 mà chỉ vì một chút tình cảm riêng với cố Tổng Thống Ngô Đình Diệm mà gánh họa vào thân ngay sau khi đám tướng lãnh đảo chánh thành công. Người đó là ông Mã Tuyên, một thương gia Việt gốc Hoa Triều Châu. Ông chuốc họa là vì ông đã chứa chấp anh em cố Tổng Thống Ngô Đình Diệm-Ngô Đình Nhu trong đêm 1-11-1963.

Khi đó ông Mã Tuyên tuổi độ trên 50, ông là Tổng Bang trưởng của 10 Bang người Hoa tại vùng Chợ Lớn (thuộc Quận 5 nội thành Sài Gòn). Thực sự, nhiều người biết chuyện anh em Tổng thống Ngô Đình Diệm-Ngô Đình Nhu trong đêm lẩn trốn (từ Dinh Gia Long) đã đến tá túc tại nhà ông Mã Tuyên nhưng hầu như không ai biết gì về thân thế ông Mã Tuyên. Mặt mũi ông, gia cảnh ông? Ông Mã Tuyên đã kể lại giờ phút Rồng đến nhà Tôm như sau:

Lời ông Mã Tuyên:

"Khi đó độ 5 giờ chiều, tôi đang nghe tin tức radio thì chuông điện thoại reo. Tôi bắt máy, người gọi đến là ông Đô trưởng Sài Gòn-Chợ Lớn, ông ngỏ ý muốn gặp tôi gấp tại Trụ sở Thanh Niên Cộng Hòa Quận 5 (khi trước là Khu Sòng bạc Đại Thế Giới của Bảy Viễn, người cầm đầu Lực lượng Vũ trang Bình Xuyên). Tôi bảo tài xế của tôi chở tôi đến đó, chờ đến 6 giờ 30 thì ông Đô trưởng đến, ông nói với tôi :

"Tổng thống muốn đến nhà ông lánh nạn."

Tôi nhận lời ngay và đi ngay về nhà chuẩn bị. Khoảng 7 giờ 30 tối, hai xe Citroen chạy đến nhà tôi (Số 34 đường Đốc Phủ Thoại) với 8 người: Tổng thống Ngô Đình Diệm, Cố vấn Ngô Đình Nhu, ông Đỗ Thọ, ông Đô trưởng và 4 nhân viên bảo vệ."

Ông Mã Tuyên cho biết, nghỉ ngơi tại nhà ông cho đến nửa đêm thì Tổng thống Ngô Đình Diệm đưa cho ông một số giấy tờ nhờ ông đốt. Tổng thống nhờ ông canh chừng máy điện thoại dưới nhà và Tổng thống liên tục sử dụng điện thoại trên lầu để gọi đi nhiều nơi, có nhiều nơi gọi điện thoại đến cho Tổng thống. Nhà ông Mã Tuyên là 3 căn phố liền nhau gồm một tầng trệt và 2 tầng lầu. Ông gắn điện thoại trong các tầng lầu.

Chuông điện thoại reo liên tiếp từ nửa đêm cho đến sáng. Tổng thống xuống tầng trệt khi trời đã sáng, khi đó tiếng súng chỉ còn nổ thưa thớt trong đô thành, sắc diện của Tổng thống Ngô Đình Diệm cho ông Mã Tuyên biết tình thế đã trở nên tuyệt vọng…

Tổng Thống cho ông Mã Tuyên biết Lữ Đoàn Phòng Vệ – có nhiệm vụ bảo vệ Dinh Gia Long – đã ngưng chống cự. Ông Mã Tuyên kể hai ông Diệm, Nhu ngồi cầu nguyện, sau đó dùng điểm tâm món bánh bao, xíu mại và uống cà phê cùng với ông. Tổng thống hỏi ông Mã Tuyên về nhà thờ lớn nhất vùng Chợ Lớn ở gần đấy là Nhà Thờ Phanxico, nhà thờ được gọi là Nhà Thờ Cha Tam. Tổng Thống cho biết hai anh em ông sẽ đến thánh đường đó. Sau khi Tổng thống và ông Cố vấn thay y phục khác xong thì Tổng thống Diệm bảo ông Mã Tuyên đừng đi theo. Ông Mã Tuyên bảo người tài xế của ông, lái chiếc xe Traction mầu đen, chiếc xe thường đưa đón các con ông đi học, đưa Tổng thống, ông Cố vấn cùng người tùy viên Đỗ Thọ đến Nhà Thờ Cha Tam. Những diễn biến kế tiếp ở Nhà thờ Cha Tam thì báo chí đã đăng đầy nên bài này không kể tiếp.

5 ngày sau đó, ông Mã Tuyên bị Hội Đồng Quân Nhân Cách Mạng (HĐQNHCM) bắt giam trong 3 năm. Tài sản của ông bị chính quyền tịch thu, đem bán đấu giá nhưng những người đồng hương của ông – những người Việt gốc Hoa – mua được hết trong cuộc bán đấu giá, và hoàn trả cho gia đình ông.

Nhiều nguồn tin đã nói là tư gia của ông Mã Tuyên là một hang ổ của Cộng Sản và đây cũng là lý do dẫn đến cái chết của Tổng Thống Ngô Đình Diệm và Cố Vấn Ngô Đình Nhu. (...Hai ông Diệm-Nhu phạm vào một lỗi lầm ngoại giao to lớn là khước từ sự giúp đỡ về an ninh của Đại sứ Mỹ Cabot Lodge, hai ông chạy vào nhà Mã Tuyên, nhà này là Trung Tâm Liên Lạc xưa nay của ông Nhu với MTGPMN (Mặt Trận Giải Phóng Miền Nam). Không phải cuộc binh biến 1-11-63 đã đưa đến cuộc thảm sát hai ông, mà chính quyết định liều lĩnh này, đã làm cho hai ông gánh lấy thảm họa! Sao lại đi đến một trung tâm liên lạc với CS mà Mỹ đã biết từ lâu rồi! Hồi ký của Tướng Tôn Thất Đính).

Việc Tổng thống Ngô Đình Diệm và Cố vấn Ngô Đình Nhu đến nhà ông Mã Tuyên có người đã đặt nghi vấn là hai ông Diệm-Nhu định nhờ ông nầy liên lạc với MTGPMN để họ đưa hai ông vào mật khu như kiểu họ suy diễn từ trường hợp Trung tá Vương Văn Đông sau cuộc đảo chánh bất thành ngày 11-11-1960 đã kể ông ta nhờ MTGPMN giúp đưa qua Cam Bốt. Trong số những người đi theo ông Vương Văn Đông khi đó có Phan Lạc Tuyên, tác giả bài thơ được phổ thành bài hát Chiếc Đò Vĩ Tuyến, thi sĩ Thủy Thủ-Thái Trần Trọng Nghĩa. Sau đó không lâu, thi sĩ Thủy Thủ tự sát trong mật khu của Việt Cộng.

Nếu cho là nhà ông Mã Tuyên là một cơ sở của CS thì tại sao bọn Việt Cộng lại bắt ông ngay sau khi chúng chiếm được miền Nam VNCH ngày 30-4-1975. Ông bị giam lần đầu là 4 tháng rồi ông được thả nhưng chỉ sau một thời gian ngắn, Việt Cộng bắt ông lần nữa. Lần bắt thứ hai, bọn CS đã giam ông tới 4 năm tù. Tù cấm cố trong Nhà Tù Chí Hòa.

Chỉ vì cho Tổng Thống Ngô Đình Diệm và Cố Vấn Ngô Đình Nhu tá túc qua một đêm tại nhà mà ông Mã Tuyên đã bị giam tù trong 3 lần tổng cộng trên 7 năm. Cả hai chính quyền – sau ngày 1-11-1963 và 30-4-1975 – đều bắt và tra hỏi ông về tội... Cái Đêm Hôm Ấy (mượn tựa một bài viết của nhà văn quá cố Phùng Gia Lộc) có những gì xẩy ra trong nhà ông. Tại sao Tổng thống Ngô Đình Diệm và Cố vấn Ngô Đình Nhu lại đến tá túc ở nhà ông mà không đến nhà người nào khác?

Chính quyền CS cũng tịch thu cả 3 căn nhà của ông Mã Tuyên. Ông Mã Tuyên có 3 bà vợ và 13 người con – theo lời kể của con gái ông là Mã Huệ Phương.

Ông Mã Tuyên đã không than van một lời nào về những tai ương đổ xuống gia đình và bản thân ông sau cái đêm định mệnh đó. Năm 1983, ông Mã Tuyên và gia đình chính thức rời Việt Nam đi định cư tại Đài Bắc-Taiwan rồi đến tháng 2 năm 1992 ông Mã Tuyên cùng một số người trong gia đình ông về lại Việt Nam. Ông Mã Tuyên trở về Chợ Lớn, ông qua đời trong Tháng 9-1994.

Ông đã định cư tại Taiwan nhưng ông lại trở về Việt Nam, ông dặn trước thân nhân ông chuyện khi ông chết chôn ông ở Nhị Tì Triều Châu, Biên Hòa.

(.. .. ..)

Lật đổ Tổng thống Ngô Đình Diệm xong, Tướng Dương Văn Minh khai tử Luật 10-59 – Luật đặt bọn Cộng Sản ra khỏi vòng pháp luật – Tướng DV Minh hủy bỏ Quốc sách Ấp Chiến Lược. Khi chính quyền miền Nam VNCH dồn dân vào sống trong các ấp chiến lược, ấp có hàng rào bao quanh, cổng ra vào ấp được nghĩa quân miền Nam VNCH kiểm soát, dân lành buổi sáng sớm khi đi ra khỏi cổng ấp chiến lược, đi làm ruộng, bắt cá.., mỗi người chỉ mang theo phần ăn trong ngày cho bản thân nên chỉ trong thời gian ngắn, đám Việt Cộng sống lẩn lút ở ngoài rừng-núi, đồng trống... không còn nguồn tiếp tế chúng lấy của người dân nên đành phải ra hồi chánh hoặc liều lĩnh đến gần các ấp để tìm cách móc nối (với dân lành, nhiều tên bị nghĩa quân phục kích diệt gọn.

(.. .. ..)

Năm 1982, chính quyền Cộng Sản Thành phố Hồ Chí Minh ra lệnh dẹp bỏ tất cả những nghĩa trang trong nội thành Sài Gòn, họ cho một thời hạn để các thân nhân lo việc cải táng đưa hài cốt những ngôi mộ đi nơi khác. Phần mộ Tổng thống Ngô Đình Diệm và mộ hai ông Ngô Đình Nhu-Ngô Đình Cẩn trong Nghĩa Trang Mạc Đĩnh Chi được đưa về nghĩa địa Gò Dưa-Lái Thiêu thuộc tỉnh Bình Dương. Người chi số tiền 25.000 $ US cho việc cải táng ba ngôi mộ trên là ông Nguyễn Thanh Hoàng, Chủ Nhiệm Bán Nguyệt San Văn Nghệ Tiền Phong ở Hoa Kỳ.

Ngưng trích Hồi Ký của Tác giả Phạm Thắng Vũ.

oOo

Ai là Người Gửi Tiền về Việt Nam để Cải Táng và Xây Mộ Cố Tổng Thống Ngô Đình Diệm và Nhị Vị Bào Đệ?

Người viết Lệ Tuyền.

Như quý độc giả đã biết, trước đây, qua bài: "Nền Đệ Nhất Cộng Hòa Sụp Đổ: Miền Nam Tự Do Sụp Đổ," hiện vẫn còn lưu trữ trên Trang Điện báo Hồn Việt khi nói đến ba ngôi Mộ của Cố Tổng Thống Ngô Đình Diệm cùng nhị vị Bào đệ của Tổng Thống là Ông Cố vấn Ngô Đình Nhu và Ông Ngô Đình Cẩn, tôi đã viết như sau:

"Ba ngôi mộ của ba vị tại Lái Thiêu, Việt Nam không phải do các con, các cháu của ba vị bỏ công, bỏ của ra để xây.."

Nhưng trong bài ấy tôi không viết ai là người đã bỏ tiền ra để xây ba ngôi mộ đó. Vậy, hôm nay, tôi tự thấy tôi cần phải viết cho thật rõ:

"*Người gửi tiền về Việt Nam để cải táng và xây ngôi mộ của Cố Tổng Thống Ngô Đình Diệm, cùng mộ nhị vị bào đệ là Ông Cố vấn Ngô Đình Nhu và Ông Ngô Đình Cẩn, là Ông Hồ Anh Nguyễn Thanh Hoàng, Chủ nhiệm kiêm Chủ bút Bán Nguyệt san Văn Nghệ Tiền Phong. Một tờ báo do ông Nguyễn Thanh Hoàng sáng lập ở Sài Gòn năm 1956.*"

Và để quý độc giả được biết một cách chính xác, nên nhân đây, tôi xin ghi lại đầy đủ từng việc từ bước khởi đầu trong việc cải táng và xây mộ như sau:

Sau ngày 30-4-1975, do « *Lệnh Cấm Vận Việt Nam CS* » của Hoa Kỳ – trong Lệnh có điều "Cấm gửi Mỹ Kim về VNCS" – nên những người Việt ở Mỹ, không thể gửi đô-la Mỹ về Việt Nam. Cần gửi đô-la My về VN, họ phải qua những đường giây chuyển tiền tại Pháp. Song lúc đó, mặc dù Pháp là nước đã « trợ cấp nhân đạo » cho Việt Nam nhiều nhất, nhưng chính phủ Pháp cũng không cho phép chuyển một lần với số tiền nhiều, nên đã có một số đường giây chỉ chuyển những thùng thuốc Tây về Việt Nam, và những người Việt bên Mỹ cũng đã gửi cho thân nhân còn ở quê nhà những số tiền Đô Mỹ chuyển qua tiền Quan Phàp, và những thùng thuốc Tây qua những nhà chuyển ở Paris, để người thân của họ ở Việt Nam, khi nhận những thùng thuốc Tây, đem bán lấy tiền mà sống.

Cho đến mãi sau này, khi « Lệnh Cấm Vận VNCS » được bãi bỏ, thì người Việt ở Mỹ mới được gửi tiền về Việt Nam một cách tự do.

Chính vì thế, khi được tin bọn Việt-gian-Cộng-sản Hồ Chí Minh quyết định phá bỏ Nghĩa trang Mạc Đĩnh Chi, đồng thời lại được biết chuyện tên Cộng sản Nằm Vùng ác ôn là « Hòa thượng » Thích Trí Dũng, thuộc Giáo hội Phật giáo Việt Nam Thống nhất, tức Ấn Quang, đã từng cạy nắp mộ của Ông Ngô Đình Cẩn – ở Bắc Việt Nghĩa Trang – để bỏ vào đó vũ khí của Lữ đoàn 316 VC, và đã nuôi tên Thiếu tướng Việt công, là Trần Hải Phụng và nhiều tên VC khác ở trong chùa Phổ Quang, và đã bắt cái xác chết của Ông Ngô Đình Cẩn, mà lúc sinh tiền Ông là một người chống cộng tuyệt đối, phải giữ một số súng đạn của Lữ đoàn 316, và Biệt Động Thành Sài Gòn-Gia Định.

Xin quý độc giả hãy đọc lại bài: "Tưởng Niệm Bốn Mươi Năm Cuộc Thảm Sát Mậu Thân, 1968-2008," mà tôi đã viết vào ngày 26-01-2008, hiện vẫn còn lưu giữ trên trang điện báo Hồn Việt để biết rõ hơn về những hành vi tàn ác của Phật giáo Ấn Quang trong cuộc thảm sát Mậu Thân.

Vì biết những chuyện kể trên, ông Nguyễn Thanh Hoàng rất sợ bọn Việt-gian-cộng-sản sẽ phá hủy mộ phần của ba vị họ Ngô Đình, nên ông đã tìm cách gửi tiền về Việt Nam để cải táng cả ba Ngôi mộ của Cố Tổng Thống Ngô Đình Diệm cùng nhị vị bào đệ là Ông Cố Vấn Ngô Đình Nhu và Ông Ngô Đình Cẩn. Ba ngôi mộ được cải táng từ Nghĩa Trang Mạc Đĩnh Chi đưa về chôn ở một nghĩa trang trên Lái Thiêu, và sau đó đã đưa cả di hài của

Mẫu Thân của ba vị về tại Lái Thiêu. Tôi xin ghi lại từ đầu như sau:

Nhiều lần ông Hồ Anh Nguyễn Thanh Hoàng nhờ ông Trần Trung Quân chuyển tiền về Sài Gòn. Ông Trần Trung Quân là tác giả nhiều cuốn sách giá trị như: "Trong Lòng Địch, Cụm A 22: Tình Báo Dinh Độc Lập v…v…"

Lần thứ nhất, Ông Trần Trung Quân, là một người thân thiết của Ông Hồ Anh Nguyễn Thanh Hoàng, đã trao tận tay một số Mỹ Kim cho ông Trần Tam Tiệp, vì ông Trần Tam Tiệp biết cách gửi tiền về Việt Nam, vào tháng 10 năm 1977, tại tiệm Café Balto, 15, Rue Mazarine, 75006 Paris. Số tiền thứ nhất này là US$ 9,000 (Chín ngàn Mỹ kim).

Lần thứ hai, vào tháng 7 năm 1978, cũng do Ông Trần Trung Quân trao tận tay cho Ông Trần Tam Tiệp tại Thánh Thất Cao Đài của Cô Ba Lê Kim Huê, tức Bà Lễ Sanh Lê Kim Huê, tại địa chỉ số 12, Rue Xavie Privas, 75005 Paris. Số tiền thứ hai này là US$10,000 (Mười ngàn Mỹ kim).

Lần thứ ba vào tháng 3 năm 1978, tại tiệm Café Notre – Dame de Paris, 3, Boulevard du Palais, Paris. Lần này ông Hồ Anh Nguyễn Thanh Hoàng sang Paris và ông trao tận tay cho ông Trần Tam Tiệp số tiền US$ 6,000 (Sáu ngàn Mỹ kim) trước sự chứng kiến của Ông Trần Trung Quân.

Tổng cộng ba lần, ông Trần Tam Tiệp đã nhận của ông Hồ Anh Nguyễn Thanh Hoàng số tiền là $25,000 (Hai mươi lăm ngàn Mỹ kim). Ông TT Tiệp gửi tất cả 25,000 MK về Sài Gòn cho người lo việc cải táng mộ ba ông Ngô Đình.

Những việc làm đó của ông Hồ Anh Nguyễn Thanh Hoàng ít ai được biết, kể cả những người trong gia đình Bà Ngô Đình Nhu. Cho đến năm 1980, Ông Ngô Đình Luyện mới biết, ông Nguyễn Thanh Hoàng và ông Trần Trung Quân được Ông Ngô Đình Luyện mời đến tư gia. Trong dịp này, ông Ngô Đình Luyện ngỏ lời cám ơn ông Nguyễn Thanh Hoàng và ông Trần Trung Quân.

Sau đó, từ Hoa Kỳ, ông Nguyễn Thanh Hoàng gửi tiền về Việt Nam, để bốc mộ Cụ bà Thân Mẫu của Cố Tổng Thống Ngô Đình Diệm về nghĩa trang Lái Thiêu.

Ông Trần Tam Tiệp trong những năm 1980 từng kêu gọi người Việt ở Pháp góp tiền cho ông gửi về Việt Nam để giúp đỡ các văn nghệ sĩ sống khó khăn. Nhưng riêng về ba ngôi mộ của Cố Tổng Thống Ngô Đình Diệm cùng nhị vị bào đệ là Ông Cố Vấn Ngô Đình Nhu và Ông Ngô Đình Cẩn là hoàn toàn do số tiền bán báo Văn Nghệ Tiền Phong của Ông Nguyễn Thanh Hoàng..

Người viết bài này là người thân thiết với cả hai ông Nguyễn Thanh Hoàng, Trần Trung Quân. Ngày xưa khi viết trên Văn Nghệ Tiền Phong tôi dùng bút danh là Hàn Giang. Thời đó có người gọi tôi là « thằng Hàn Giang », có người còn đòi đi « kiện thằng Hàn Giang ra tòa » nữa. Vì thế, ông Nguyễn Thanh Hoàng đã cho tôi làm « thằng Hàn Giang » luôn, mà tôi cũng đã im lặng, bởi thấy vui, khi tự nhiên, mà mình trở thành một « đấng tu mi nam tử », chứ không phải vì tôi sợ bị kiện ra tòa mà không dám cho mọi người biết rằng mình là một phụ nữ.

Ngưng trích bài của Nữ Ký Giả Lệ Tuyền.

=> (Chú thích của tác giả Trần Đình Sơn: Đoạn tô màu đỏ trên đây hoàn toàn là thông tin "mạo nhận và lừa đảo" của nhóm người làm báo Văn Nghệ Tiền Phong).

PHẦN VI
ĐOẠN KẾT

Kể từ ngày Hoàng đế Bảo Đại hủy bỏ hiệp ước Giáp Thân (Hiệp ước Patenôtre 1884 do Pháp & triều Nguyễn Gia Long ký kết đưa VN vào vòng nô lệ Pháp gần 70 năm từ 1884 đến 1954) và tuyên bố độc lập ngay sau khi Nhật đảo chính Pháp vào ngày 08/03/1945 đến ngày 30/04/1975 nước Việt Nam đã thật sự độc lập, cho dù còn non yếu và phải kinh qua nhiều trạng huống nhiễu nhương do mưu đồ chính trị từ các cường quốc tư bản & cộng sản. Sau ngày quốc hận 20/07/1954 - do Pháp, Anh, Trung Cộng, Nga Sô và Cộng Sản VN cấu kết chia đôi đất nước tại vĩ tuyến 17 bằng Hiệp Định Genève – Tổng Thống Ngô Đình Diệm đã bắt tay xây dựng nền móng căn bản cho một chế độ Việt Nam Cộng Hòa tự do dân chủ kéo dài được 9 năm ngắn ngủi cho đến năm 1963. Chỉ vì muốn cho đất nước thật sự độc lập & tự do, chủ quyền quốc gia phải được tôn trọng và không bị lệ thuộc vào chính sách áp đặt của đồng minh Hoa Kỳ, nên

TT Ngô Đình Diệm và hai vị bào đệ đã phải hy sinh tuẫn quốc trong âm mưu đảo chính ngày 01/11/1963 do người Mỹ chủ mưu. Kể từ đó đến năm 1975, VN đã trãi qua biết bao nhiêu điêu linh tang tóc do Cộng Sản VN và đồng minh Hoa Kỳ tạo ra trong suốt thời kỳ 12 năm (1963-1975) dưới 2 chế độ: Đệ II Cộng Hòa ở miền Nam và Dân Chủ Cộng Hòa ở miền Bắc. Từ sau năm 1975 đến nay VN bị đảng Cộng Sản áp đặt một chế độ độc tài toàn trị cộng sản khủng khiếp nhất trong lịch sử VN cận đại.

Thời gian trôi qua đã 74 năm (1945-2019) cho sự thật lịch sử được minh định vào thời điểm năm 2019 nầy. Sự thật đó chính là vị anh hùng dân tộc Ngô Đình Diệm đã hy sinh tuẫn quốc trong Bối Cảnh điêu linh nói trên, nhưng chưa hề được Quốc Táng xứng đáng với công đức sáng lập nền Cộng Hòa tự do & dân chủ cho VN kể từ khi thoát ách nô lệ thời kỳ Pháp thuộc.

Việc chôn cất cố TT Ngô và thân quyến tại nghĩa trang Lái Thiêu (Bình Dương) nói trên chỉ là việc tạm bợ trong một tình thế bất khả kháng dưới chế độ nghiệt ngã độc tài toàn trị Cộng Sản.

Do đó ước mong của nhiều người VN công chính và của chính tác giả là **"vào một ngày nào đó trong tương lai khi VN được tự do dân chủ sẽ có một lễ Quốc Táng (an táng cấp quốc gia) cho vị hào kiệt anh hùng dân tộc Ngô Đình Diệm và 2 vị bào đệ đã hy sinh vì ý chí giữ gìn chủ quyền quốc gia"**. Suốt mười lăm năm qua hầu như dư luận chính đáng trong cũng như ngoài nước đã công nhận sự kiện nầy, cho nên cố TT Ngô và hai vị bào đệ đã trở thành những "Người" của công chúng, xuất thân từ gia tộc "Ngô Đình". Do đó, một Lễ Quốc Táng do một ỦY BAN phi chính phủ (non-governmental committee) của người Việt trong & ngoài nước đứng ra lo liệu việc di dời các ngôi lăng mộ của cố TT và thân quyến đem về an tang tại nghĩa trang gia đình họ Ngô tại Phủ Cam - Huế là một nghĩa cử hợp với đạo lý làm người Việt Nam và đạo lý lịch sử. **Mong lắm thay !**

Thực ra chi tiết các công việc di dời và an táng các ngôi mộ của cố TT Ngô và gia quyến chỉ được ghi chép lại bằng hình ảnh và ký chú để cất giữ trong gia đình của nhạc phụ tôi là cụ Nguyễn

Văn Thận. Chỉ vì có sự mạo nhận, tung tin giả để lừa đảo dư luận và làm hại thanh danh của gia đình TT Ngô Đình Diệm nên tôi phải theo lời khuyên của các bậc thức giả trong và ngoài nước cho xuất bản thiên ký sự nầy để sự thật và công lý được sáng tỏ trước dư luận trong và ngoài nước ./.

Ở đây có 93 tấm hình có giá trị lịch sử của Đệ I Cộng Hòa:

https://www.flickr.com/photos/13476480@N07/sets/72157637413996265/

TT Ngô Đình Diệm (1901-1963)

****

Chân tình tri ân quý tác giả cho phép trích dẫn các bài viết bên trên.

Cảm ơn các bạn đã đọc đến những dòng cuối này.

Ngày 30 Tháng 09 Năm 2023
Kính bút Trần Đình Sơn (Đan Tâm)

Sơ lược tiểu sử

Ảnh tác giả Trần Đình Sơn bút hiệu Đan Tâm

Sinh năm 1947 tại La Châu, Nghĩa Trang, Tư Nghĩa – Quảng Ngãi. Tốt nghiệp ngành Hóa Học (Chemistry) và ngành Thủy Hóa (Hydrologie Chimique / Marine Chemistry) tại Viện Đại Học Sài Gòn (1971). Giảng dạy lý thuyết Hóa Học Đại

Cương và Hóa Học Hải Dương tại Đại Học Duyên Hải Nha Trang từ 1972 đến 1975. Định cư tại Vương Quốc Anh từ năm 1984 đến nay. Theo học ngành Toán & Khoa Học Điện Toán (Mathematics & Computer Science) tại đại học London từ 1985 đến 1989. Phụ khảo tại đại học UCL (University College London) từ 1989 đến 1992. Giảng viên (Lecturer) dạy Toán Đại Số cho sinh viên của Lewisham College London trước khi về hưu sinh sống tại Vương Quốc Anh. Trong thời gian về hưu, vào năm 2023 đã phát minh ra lời giải cho 3 bài toán cổ Hy Lạp thách đố nhân loại hơn 2500 năm và sau đó vào năm 2024 & 2025 đã phát minh ra 4 lời giải cho 4 bài toán mới phát sinh từ 3 bài toán cổ Hy Lạp nói trên. Tất cả 7 công trình phát minh nầy đã được quốc tế Toán Học thừa nhận và xuất bản trên các Journal quốc tế, kể cả trên thư viện của đại học Cornel ở New

York. Hiện đang tiếp tục nghiên cứu 8 vấn để mới chưa xuất hiện trước đây trong Toán Học Euclide.

Liệt kê các công trình phát minh đã xuất bản quốc tế như sau:

LINKs/URLs

1ˢᵗ Invention:

"Exact Angle Trisection with Straightedge and Compass by Secondary Geometry", by Tran Dinh Son.

IJMTT published date: 22 May 2023

https://doi.org/10.14445/22315373/IJMTT-V69I5P502

Exact Angle Trisection with Straightedge and Compass by Secondary Geometry (ijmttjournal.org)

2ⁿᵈ Invention:

"Exact Squaring the Circle with Straightedge and Compass by Secondary Geometry", by Tran Dinh Son.

IJMTT published date: 17 June 2023

https://doi.org/10.14445/22315373/IJMTT-V69I6P506

https://ijmttjournal.org/public/assets/volume-69/issue-6/IJMTT-V69I6P506.pdf

3rd Invention:

"Exact Doubling the Cube with Straightedge and Compass by Euclidean Geometry", by Tran Dinh Son.

IJMTT published date: 29 August 2023

Exact Doubling The Cube with Straightedge and Compass by Euclidean Geometry (ijmttjournal.org)

https://doi.org/10.14445/22315373/IJMTT-V69I8P506

https://www.semanticscholar.org/me/library/all

- **Scholars Journal Of Physics, Mathematics And Statistics**:

file:///C:/Users/buung_000/Documents/Downloads/SJPMS_122_24-32%20(3).pdf

Scholars Journal of Physics, Mathematics and Statistics | Volume-12-Issue-02 Call for paper
Feb. 13, 2025 | Original Research Article
 2 1View Article
Exact Doubling the Cube with Straightedge and Compass by Euclidean Geometry
Tran Dinh Son
Sch J Phys Math Stat | 24-32
https://doi.org/10.36347/sjpms.2025.v12i02.001
4th Invention:

- **INTERNATIONAL JOURNAL OF MATHEMATICS TRENDS AND TECHNOLOGY:**

"Circling the Square with Straightedge and Compass in Euclidean Geometry", by Tran Dinh Son.

IJMTT published date: 31 January 2024

https://doi.org/10.14445/22315373/IJMTT-V70I1P103

Circling the Square with Straightedge and Compass in Euclidean Geometry (ijmttjournal.org).

- **INTERNATIONAL JOURNAL OF RECENT ADVANCES IN MULTIDISCIPLINARY RESEARCH:**

IJRAMR published date: 30 March 2024

ABSTRACT:
https://ijramr.com/issue/circling-square-straightedge-compass-euclidean-geometry
FULL ARTICLE PAPER:
https://ijramr.com/sites/default/files/issues-pdf/5149.pdf
CURRENT ISSUE No 4:
https://ijramr.com/current-issue
- SCHOLARS JOURNALOF PHYSICS, MATHEMATICS AND STATISTICS

Scholars Academic and Scientific Publishers published on 02/05/2024 "Circling the Square with Straightedge & Compass in Euclidean Geometry" by *Tran Dinh Son, in* Sch J Phys Math Stat | 54-64 DOI : 10.36347/sjpms.2024.v11i05.001
https://saspublishers.com/journal-details/sjpms/149/1453/
https://saspublishers.com/journal/sjpms/home
Abstract:
https://saspublishers.com/article/19721/

Full article:
https://saspublishers.com/media/articles/SJPMS_115_54-64.pdf

5th Invention:

Published on 22/08/2024 on The Scholars Journal Of Physics, Mathematics & Statistics:
Scholars Journal of Physics, Mathematics and Statistics Abbreviated Key Title: Sch J Phys Math Stat ISSN 2393-8056 (Print) | ISSN 2393-8064 (Online)

Circling a Regular Pentagon with Straightedge and Compass in Euclidean Geometry

Tran Dinh Son,
Independent Mathematical Researcher in the UK
DOI:
https://doi.org/10.36347/sjpms.2024.v11i08.001

*Corresponding author: Tran Dinh Son Independent Mathematical Researcher in the UK;

https://saspublishers.com/media/articles/SJPMS_118_83-88_FT.pdf

6th Invention:

Published on 16/09/2024 on The Scholars Journal Of Physics, Mathematics & Statistics:
Scholars Journal of Physics, Mathematics and Statistics
Abbreviated Key Title: Sch J Phys Math Stat ISSN 2393-8056 (Print) | ISSN 2393-8064 (Online)
Journal homepage: https://saspublishers.com
Pentagoning the Circle with Straightedge & Compass
Tran Dinh Son

Independent Researcher in Mathematics in the United Kingdom
DOI: https://doi.org/10.36347/sjpms.2024.v11i09.001 *Corresponding author: Tran Dinh Son
Received: 25.08.2024 | Accepted: 14.09.2024 | Published: 16.09.2024.
https://saspublishers.com/media/articles/SJPMS_119_101-107.pdf

7th Invention:

Tran Dinh Son, 15/03/2025, Regular Triangling a Circle with Straightedge and Compass in Euclidean Geometry, Scholars Journal Of Physics Mathematics And Statistics (SJPMS), https://doi.org/10.36347/sjpms.2025.v12i03.003, https://saspublishers.com/media/articles/SJPMS_123_59-65.pdf.

https://doi.org/10.36347/sjpms.2025.v12i03.003

https://saspublishers.com/article/21784/

https://saspublishers.com/media/articles/SJPMS_123_59-65.pdf

****

LINKS IN CORNEL UNIVERSITY LIBRARY:

https://zbib.org/e9e92f1859954477ab682066eb44558a

ZoteroBib: Fast, free bibliography generator - MLA, APA, Chicago, Harvard citations (zbib.org)

LINKS IN ACADEMIA:

https://independent.academia.edu/SonTran534/Analytics/activity/documents

(3) Son Tran - Academia.edu

LINKS IN THE SEMANTIC SCHOLAR:

https://www.semanticscholar.org/me/library/folder/9329017

https://www.semanticscholar.org/me/library/all

E-mail liên lạc tác giả:
trandinhson2910@gmail.com

TÁC GIẢ TỰ XUẤT BẢN VÀ GIỮ BẢN QUYỀN

COPYRIGHT ©

Tác giả xuất bản và giữ bản quyền – Tái bản lần thứ 1 năm 2025.

QUÝ VỊ VÀ QUÝ BẠN ĐỘC GIẢ MUỐN CÓ TÀI LIỆU CHÂN CHÍNH LỊCH SỬ VN VÀ NGOẠI QUỐC VIẾT VỀ CỐ TT NGÔ ĐÌNH DIỆM XIN MỜI XEM TIẾP QUYỂN 2 (VOLUME 2)

www.ingramcontent.com/pod-product-compliance
Ingram Content Group UK Ltd.
Pitfield, Milton Keynes, MK11 3LW, UK
UKHW020240240426
12049UKWH00023B/182/J